UPENDO WA KRISTO

Upendo wa Yesu Uliotupatanisha na Mungu

Dr. Maxwell Shimba

© 2023 Dr. Maxwell Shimba

Haki zote zimehifadhiwa. Hakuna sehemu ya chapisho hili inaweza kunakiliwa kwa namna yoyote au kwa njia yoyote kwa faida, isipokuwa katika nukuu fupi kwa madhumuni ya marekebisho, kutoa maoni au udhamini, bila kibali cha maandishi kutoka Max Shimba Ministries Inc. au Shimba Publishing, LLC.

Isipokuwa vinginevyo imeelezwa nukuu zote za maandiko ni kutoka Biblia Takatifu, New International Version. Copyright © 1984 International Bible Society. Kutumika kwa idhini ya Zondervan Bible Publishers.

Shimba Publishing, LLC
Kimechapishwa Nchini Marekani

Chapisho la Kwanza
Toleo la Mwaka 2023

YALIYOMO

KUHUSU MWANDISHI iv
DIBAJI vii
SEHEMU YA KWANZA 1
Maana ya Upendo 1
SEHEMU YA PILI 7
Yesu Mfano wa Upendo 7
SEHEMU YA TATU 13
Ufunuo wa Upendo wa Yesu 13
SEHEMU YA NNE 19
Kukua katika Upendo wa Yesu 19
SEHEMU YA TANO 25
Upendo wa Yesu kwa Kila Mtu 25
SEHEMU YA SITA 30
Ahadi za Kale za Ukombozi 30
SEHEMU YA SABA 34
Yesu Kristo, Mkombozi wa Dunia 34
SEHEMU YA NANE 43
Sababu ya Kuja kwa Yesu 43
SEHEMU YA TISA 49
Kazi ya Ukombozi ya Yesu 49
SEHEMU YA KUMI 56
Ushuhuda wa Wanafunzi wa Yesu 56
HITIMISHO 66
Sala Ya Toba 74

KUHUSU MWANDISHI

Nawasalimu wasomaji wote kwa jina la Bwana wetu Yesu Kristo alie hai. Kitabu hiki kilicho mikononi mwako hivi sasa ni juhudi ya miaka mingi sana ya Dk. Maxwell Shimba na Huduma ya Max Shimba Ministries Org ya huko New York, Amerika ya Kaskazini. Kama lilivyo jina la Kitabu ndivyo ulivyo ujumbe wenyewe ambao mwanachuoni huyu mahiri kabisa anayefafanua Uungu wa Yesu, ni mtu aliyebobea katika fani zote ambazo mfasiri (Mfafanuzi) anatakiwa awe nazo. Mtumwa wa Yesu Kristo Dk. Maxwell Shimba ameonesha cheche zake katika vitabu vingi alivyoviandika katika maudhui mbalimbali na hivyo kujipatia wasomaji wengi sana.

Msomi huyu, mwenye fikra huru na anayetetea kile anachokiamini, ni mtu mwenye mawazo mapana na kuyaangalia mambo kwa undani sana, kipaumbele chake ni katika maslahi ya umma huu na amejaribu sana kwenda na wakati. Sifa kubwa ya pekee ya mwanachuoni huyu ni kuwa yeye hakujihusisha sana na kung'ang'ania madhehebu fulani tu, labda hii yatokana na wadhifa wake wa ukadhi "Restorative Justice" aliokuwa nao katika nchi ya Marekani ambayo ina madhehebu mengi, ambapo suala la madhehebu ni nyeti nchini humo, hata hivyo yeye aliweza kuamua matatizo ya watu kwenye ofisi yake kulingana na madhehebu yao pale walipomwendea, hiyo ilmsaidia sana hata.

Jambo lililotupa msukumo kutafsiri kitabu hiki kwa lugha ya kiswahili ni zile faida nyingi atakazozipata msomaji na kujua mambo mengi na ya ajabu yaliyo mapya kwake ambayo si rahisi kuyapata kwa waandishi wengine.

Msomaji atapata faida katika fani za Injili ya Bwana Yesu Kristo, Sayansi, Siasa, Historia, Mashairi, visa vizuri, na Saikolojia miongoni mwa mengine; ndiyo maana msomaji atashangaa kidogo anaposoma Kitabu Hiki atakapoona mwandishi amewataja na kuwanukuu watu kama kina Mtume Muhammad, Isa Bin Maryam, Mfalme Constantine, wanasayansi na wengineo, hali inayoifanya kitabu hiki kuwa ni cha kipekee kabisa. Mtindo alioutumia mwandishi ni sahali uliokusudiwa watu wa tabaka mbalimbali, wanavyuoni na watu wa kawaida.

Ruhusa imetolewa kwa yeyote anaetaka kukichapisha upya kitabu hiki kwa sharti tu kwamba asibadilishe chochote bila ya kutujulisha, na atutumie nakala moja baada ya kukichapisha. Nia yetu ni kukigawanya kitabu hiki bure lakini tumelazimika kukiuza kwa bei nafuu ili kurudisha gharama za uchapishaji. Mwisho, shukrani kubwa iwaendee bila ya kuwataja watu waliojitolea usiku na mchana, jopo la wafasiri, wahariri, wachapaji, waliotupa moyo na kutoa maoni yao na walioisimamia ili kuhakikisha kwamba kitabu kimemfikia msomaji.Mchapishaji.

Kutokana na maombi mengi ya wasomaji wetu wa Kiswahili, ambao ni wa madhehebu mbalimbali ya Wakristo walioko Afrika Mashariki na Kati, Amerika ya Kusini na Kaskazini, Uarabuni na hata nchi za Ulaya, tumeonelea kukichapisha Kitabu hiki ili kupunguza kiu yao kama si kuiondoa kabisa. Uzuri wa chapa hii ni utaratibu uliotumika, ambapo baada ya Aya kufasiriwa, maelezo yake yanapatikana moja kwa moja chini yake bila ya kwenda kwenye ukurasa mwingine, na utaratibu huu ndio utakaotumika katika chapa zote zitakazofuata.

UPENDO WA YESU

Hatuna budi kuwashukuru wote waliotumia wakati na akili zao katika kufanikisha lengo hili adhimu, bila ya kuwasahau wafadhili na wasimamizi wetu. Mwenyezi Mungu awalipe kheri nyingi. Vilevile tunawashukuru sana wasomaji wetu amabao waliotukosoa, hivyo kuchangia, kwa kiasi kikubwa, kuisahisha chapa hii. Na tunawaomba waendelee kufanya hivyo.

DIBAJI

Mimi nimetunga mfululizo wa vitabu vidogo vidogo katika itikadi na misingi yake. Nimevitunga kulingana na mfumo na mantiki ya kizazi cha kisasa, ambacho hakiamini kitu ila kile kinachokitaka na chenye kuafikiana na malezi yake na maendeleo yake.

Kuandika juu ya karatasi tu, sio sharti la kufaulu katika kitu chochote; isipokuwa kufaulu ni kumridhisha na kumpendeza msomaji kile atakachokisoma. Msomaji naye hawezi kuridhia kitabu chochote, isipokuwa kiwe kwa ajili yake na sio kwa ajili ya mwandishi. Na-huko kuridhia kunampa nguvu mwandishi kuendelea. Hapo ndipo msomaji na mwandishi wanapoathiriana. Kwa vyovyote ilivyo, kuenea kwa mfululizo huo wa vitabu vidogo vidogo na majarida kumenipa nguvu ya kutunga vitabu vikubwa na vipana; kama vile: Roho Mtakatifu, Yesu ni Mungu, Allah sio Yehova, Mungu wa Kweli, Yesu ndani ya Quran, Yesu sio Isa Bin Maryam n.k. Vitabu hivi vinapatikana katika lugha mbali mbali ikiwepo ya Kiingereza, Kispanishi, na Kifaransa.

Mwenyezi Mungu naye akavifanyia vitabu hivi kama alivyofanyia vile vingine.

Kwa hivyo basi, nitaendelea kuandika na kuwa na ndoto ya kutimia na kufaulu mpaka kufa. Yesu yeye peke yake ndiye ambaye atasimamisha nishati yangu. Nami nitaendelea kutoa juhudi zangu muda wote wa uzima wangu.

Kizazi cha kisasa Kila kitu kina sababu ya kutokea kwake, ni sawa kiwe ni cha kimaumbile, kama vile tufani na tetemeko; au cha kijamii, kama vile ujinga na ufukara; au kiwe ni katika mambo ya moyoni, kama vile imani na kufuru. Hakuna kitu chochote kinachotokea kwa sadfa bila ya sababu yoyote, au bila ya mipangilio yoyote. Nitayafafanua maelezo haya kwa swali na jibu lifuatalo:

Mhubiri Mlango wa 3: 1 Kwa kila jambo kuna majira yake, Na wakati kwa kila kusudi chini ya mbingu.2 Wakati wa kuzaliwa, na wakati wa kufa; Wakati wa kupanda, na wakati wa kung'oa yaliyopandwa;3 Wakati wa kuua, na wakati wa kupoza; Wakati wa kubomoa, na wakati wa kujenga;4 Wakati wa kulia, na wakati wa kucheka; Wakati wa kuomboleza, na wakati wa kucheza;5 Wakati wa kutupa mawe, na wakati wa kukusanya mawe; Wakati wa kukumbatia, na wakati wa kutokumbatia;6 Wakati wa kutafuta, na wakati wa kupoteza; Wakati wa kuweka, na wakati wa kutupa;7 Wakati wa kurarua, na wakati wa kushona;Wakati wa kunyamaza, na wakati wa kunena;8 Wakati wa kupenda, na wakati wa kuchukia; Wakati wa vita, na wakati wa amani.9 Je! Mtendaji anayo faida gani katika yale anayojishughulisha nayo?

Kwa nini kizazi cha sasa hakijishughulishi na misimamo ya kiimani na kidini kama kilivyokuwa kizazi kilichopita? Vijana wengi wa kileo wameachana na ibada na mazingira ya kidini; bali imekuwa uzito sana kwao kusikiliza mafundisho, mahubiri, na nasaha za kidini; hata msimamo mzuri wa kiutu - kama udugu, usawa, amani, kusaidiana, ukweli na uadilifu - haumo katika nyoyo zao kabisa.

Inapotokea kuuzungumzia basi wanauzungumzia katika ndimi zao tu, sio katika nyoyo zao; ila ikiwa kuna manufaa ya kibinafsi.

Na kazi ambayo tunaiweza kuifanya, nionavyo mimi,ni:

Kwanza: Tuitilie mkazo dini katika mashule, hasa Biblia, kuisoma, kuihifadhi na kuifasiri. Kwani hiyo ndiyo msingi. Kama wasimamizi wakikataa kufundisha dini katika mashule na watakataa tu, basi ni juu yetu kuanzisha Shule za kibinafsi kwa ajili ya lengo hilo tu. Tuanzishe Shule hizi kutokana na mamillioni yanayotolewa sabili kwa wanavyuoni wakubwa na wengine Wala sijui kama kuna kazi nyingine bora zaidi ya kutumia pesa hizo kuliko kufufua na kuyaeneza mafundisho ya dini.

Pili: Kila mmoja katika watu wa dini atekeleza wajibu wake kwa ikhlasi, baada ya kujiandaa kuwa kiongozi mwenye mwamko, anayejua namna ya kuwakinaisha vijana, kuwa dini ndio chimbuko la msimamo ulio sawa, ambalo litawapa maisha mema zaidi.

Tatu: Kuufafanua uhakika wa dini, kuufanya mwepesi kufahamika na kuutangaza kwa vitabu, hotuba, makala na matoleo kadhaa. Tumthibitishie mjinga na mwenye shaka kuwavuta kwenye Ukristo kwa kutumia Biblia Takatifu. Yesu anatosheleza kabisa mahitaji ya mwanadamu ya kiroho na ya kimaada; na unaweza kutatua matatizo yake; na kwamba una lengo la kumfanya afaulu katika dunia yake na akhera yake.

Yesu Kristo awabariki sana.

Dr. Maxwell Shimba

UPENDO WA YESU

DR. MAXWELL SHIMBA

SEHEMU YA KWANZA

MAANA YA UPENDO

Upendo ni nini?
Upendo ni hisia ya joto, shauku, na kujali ambayo inaunganisha watu na kuwapa hisia ya thamani na umuhimu. Ni nguvu inayovuka mipaka ya kawaida na ina uwezo wa kuleta furaha, kuridhika, na amani kwa wale wanaopokea na kutoa upendo.

Upendo ni kitendo cha kujitoa kwa wengine bila kujali na bila kutarajia malipo au faida. Ni hali ya kujali na kuheshimu mahitaji, furaha, na ustawi wa mtu mwingine. Upendo unatia ndani ukarimu, huruma, uvumilivu, msamaha, na ukaribu wa moyo.

Upendo unaweza kuchukua maumbo tofauti na kuonyeshwa kwa njia mbalimbali. Inaweza kuwa upendo wa kimapenzi kati ya wenzi, upendo wa familia kati ya wazazi na watoto, upendo wa kijamii kati ya marafiki au jamii, na hata upendo wa kiroho kati ya mwanadamu na Mungu.

Upendo wa kweli ni thabiti na hautegemei hali ya muda au matokeo. Ni kitendo cha kujitolea na kutoa bila kujibakiza. Upendo pia unaweza kuwa chombo cha mabadiliko na uponyaji, ukiweza kuunganisha watu, kuponya majeraha ya kihisia, na kuleta umoja na amani.

Katika muktadha wa imani ya Kikristo, upendo unachukua umuhimu mkubwa. Yesu Kristo mwenyewe alifundisha na kuishi kwa mfano wa upendo usio na kifani. Aliwafundisha wafuasi wake kuwapenda jirani zao kama wenyewe, hata kuwapenda adui zao. Kwa hiyo, upendo wa

Yesu unahusisha kutenda kwa wema na kuwa na nia njema kwa wengine bila ubaguzi.

Yesu ni nani?
Yesu ni Mwana wa Mungu aliyetumwa duniani kama Mkombozi wa wanadamu. Katika imani ya Kikristo, Yesu ni Mwokozi wa ulimwengu na kiini cha imani ya Kikristo. Alikuja duniani kwa kusudi la kuokoa wanadamu kutokana na dhambi zao na kuwakaribia kwa upendo wa Mungu.

Yesu alizaliwa na Maria, kupitia uwezo wa Roho Mtakatifu. Alikuwa na asili ya mbinguni na asili ya kibinadamu, akijumuisha umungu na ubinadamu ndani yake. Alikuwa na mafundisho yenye nguvu, alitenda miujiza na alitoa uponyaji kwa watu wengi.

Yesu alifundisha juu ya upendo, huruma, msamaha, na haki. Aliishi kwa mfano wa ukamilifu wa maisha matakatifu, akijitoa kwa ajili ya wengine. Yesu pia alitimiza unabii wa Agano la Kale kuhusu kuja kwa Masihi. Alikuja kuleta wokovu, kuokoa wanadamu kutoka katika dhambi na kuwapatanisha na Mungu.

Kilele cha kazi ya Yesu ilikuwa kusulubiwa msalabani kwa ajili ya dhambi za wanadamu. Kupitia kifo chake, Yesu alitoa fidia kamilifu na ukombozi kwa wanadamu wote. Baada ya siku tatu, alifufuka kutoka kwa wafu, akiashiria ushindi wake juu ya mauti na dhambi.

Kwa wale wanaomwamini Yesu na kumfuata, wanapata wokovu, msamaha wa dhambi, na uzima wa milele. Yesu ni njia ya pekee ya kufikia Mungu na kuishi maisha ya umoja na Mungu. Yeye ni chanzo cha tumaini, amani, na upendo. Kwa hiyo, Yesu ni Mkombozi, Bwana, na Mwokozi wa wanadamu.

Hapa kuna baadhi ya aya za Biblia zinazoelezea utambulisho wa Yesu:

UPENDO WA YESU

1. Yohana 1:14 - "Naye Neno alifanyika mwili, akakaa kwetu; nasi tukauona utukufu wake, utukufu kama wa Mwana pekee atokaye kwa Baba; amejaa neema na kweli."
2. Mathayo 16:16 - "Simoni Petro akajibu, akasema, "Wewe ndiwe Kristo, Mwana wa Mungu aliye hai."
3. Yohana 3:16 - "Kwa maana Mungu aliupenda ulimwengu hivi, hata akamtoa Mwanawe pekee, ili kila mtu amwaminiye asipotee, bali awe na uzima wa milele."
4. Yohana 14:6 - "Yesu akamwambia, Mimi ndimi njia, na kweli, na uzima; mtu haji kwa Baba, ila kwa njia ya mimi."
5. Matendo 4:12 - "Wala hakuna wokovu katika mwingine awaye yote, kwa maana hapana jina jingine chini ya mbingu walilopewa wanadamu litupasalo sisi kuokolewa kwalo."
6. Wafilipi 2:9-11 - "Kwa hiyo Mungu alimwadhimisha mno, akamkirimia Jina lile lipitalo kila jina; ili kwa jina la Yesu kila goti lipigwe, la vitu vya mbinguni, na vya duniani, na vya chini ya nchi; kila ulimi ukiri ya kuwa Yesu Kristo ni Bwana, kwa utukufu wa Mungu Baba."

Hizi ni baadhi tu ya aya nyingi katika Biblia ambazo zinathibitisha utambulisho wa Yesu kama Mwana wa Mungu, Mkombozi wa wanadamu, njia ya wokovu, na Bwana. Aya hizi zinatupa ufahamu wa kina juu ya umuhimu na utukufu wa Yesu Kristo katika imani ya Kikristo.

Mungu ni nani?

Mungu ni kiumbe asiye na mwanzo wala mwisho, mwenye uwezo wote na mamlaka juu ya ulimwengu na viumbe vyote. Katika imani ya Kikristo, Mungu anafahamika kama Muumba wa mbingu na dunia, ambaye ana nguvu za milele, hekima, na upendo usio na kikomo.

Katika Biblia, Mungu anajulikana kwa majina mbalimbali yanayofunua tabia zake na uhusiano wake na wanadamu. Mojawapo ya majina yake ni "Yahweh" au "Bwana," ambayo inamaanisha "Mimi Ndiye Nilikuwa," "Ndiye Nilivyo," na "Nitakachokuwa." Hii inaonyesha ukuu wake juu ya wakati na uwezo wake wa kuwepo katika sasa na siku zijazo.

Mungu ni mwenye umoja, lakini anajitambulisha kama Utatu Mtakatifu, ambao ni Mungu mmoja katika nafsi tatu: Baba, Mwana (Yesu Kristo), na Roho Mtakatifu. Utatu huu unaonyesha umoja kamili na ushirika kati ya nafsi hizo tatu, zote zikiwa na uungu sawa.

Mungu ana sifa nyingi, ikiwa ni pamoja na uweza, ujuzi, utakatifu, haki, rehema, upendo, na ukarimu. Yeye ni wa milele na hana kikomo katika nguvu zake na utendaji wake. Anathamini uumbaji wake na anajali kwa kina juu ya maisha na wokovu wa wanadamu.

Imani katika Mungu inaleta wito wa kuabudu, kumtii, na kumtumikia. Kupitia imani, wanadamu wanaweza kujenga uhusiano wa karibu na Mungu na kufurahia uwepo wake, mwongozo wake, na baraka zake. Mungu pia anawakumbatia wote wanaomwamini kwa upendo na rehema yake, akitoa njia ya ukombozi na uzima wa milele kupitia Yesu Kristo.

Mungu ni upendo

Ndio, katika imani ya Kikristo, Mungu ni upendo. Hii inajulikana katika aya kadhaa za Biblia, ikiwemo 1 Yohana 4:8 ambayo inasema, "Yeye asiyependa hajamjua Mungu, kwa maana Mungu ni upendo." Pia, katika Yohana 3:16 tunasoma, "Kwa maana Mungu aliupenda ulimwengu hivi hata akamtoa Mwanawe pekee, ili kila mtu amwaminiye asipotee, bali awe na uzima wa milele."

UPENDO WA YESU

Mungu ana asili ya upendo na upendo wake ni wa dhati, wa kujitoa na usio na kikomo. Yeye huonyesha upendo wake kwa viumbe vyake vyote, pamoja na wanadamu. Mungu anatamani kushirikiana na wanadamu katika uhusiano wa upendo, akijali mahitaji yao na kuwaletea wokovu na baraka.

Upendo wa Mungu unajidhihirisha kwa njia nyingi, ikiwa ni pamoja na kuumba ulimwengu, kutoa sheria na maongozo kwa ajili ya maisha ya wanadamu, kumtuma Mwana wake Yesu Kristo duniani kwa ajili ya ukombozi wetu, na kutoa Roho Mtakatifu kama msaidizi na nguvu katika maisha yetu.

Katika maisha ya Kikristo, wafuasi wa Yesu wanahimizwa kuishi kwa upendo kama Mungu alivyo, kwa kumpenda Mungu kwa moyo wote na kuwapenda jirani zao kama wao wenyewe. Upendo wa Mungu unatuhimiza kusameheana, kuishi katika umoja, kusaidiana, na kusambaza upendo huo kwa ulimwengu unaotuzunguka.

Kwa hiyo, tunaposema "Mungu ni upendo," tunakiri kwamba upendo ni kiini cha utambulisho na tabia ya Mungu, na kujitahidi kuishi kwa upendo huo ni wito wetu kama wafuasi wa Kristo.

Maria mama wa Yesu ni nani?

Maria, mama wa Yesu, anajulikana kama Maria wa Nazareti au Bikira Maria. Katika Biblia, Maria alikuwa mwanamke Myahudi ambaye aliteuliwa na Mungu kuwa mama wa Yesu Kristo kwa njia ya uwezo wa Roho Mtakatifu.

Katika Injili ya Luka 1:26-35, tunapata habari juu ya malaika Gabrieli akimtokea Maria na kumwambia kwamba atapata mimba na kumzaa Mwana ambaye ataitwa Yesu. Maria alikuwa bikira, na alikuwa ameposwa na mwanamume aitwaye Yosefu wakati huo.

Maria alitii na kukubali mpango wa Mungu bila kusita, akisema, "Tazama, mimi ni mjakazi wa Bwana; iwe kwangu kama ulivyosema" (Luka 1:38). Alimzaa Yesu katika mazingira duni ya zizi huko Bethlehemu, kulingana na hadithi ya Noeli.

Maria alikuwa mwenye umuhimu mkubwa katika maisha ya Yesu. Alijali, akamlea, na kumhudumia kama mama yake. Alishuhudia miujiza na huduma ya Yesu, pamoja na kusimama chini ya msalaba wakati Yesu alisulubiwa.

Katika imani ya Kikristo, Maria anaheshimiwa kwa jukumu muhimu alilokuwa nalo kama mama wa Yesu na kwa utii wake kwa Mungu. Hata hivyo, ni muhimu kutambua kwamba Maria haabudiwi au kuabudiwa kama Mungu, bali anathaminiwa na kuheshimiwa kama mfano wa utii na imani kwa waamini.

SEHEMU YA PILI
YESU MFANO WA UPENDO

Yesu, Mfano wa Upendo
- Utangulizi wa Yesu na maisha yake ya duniani
- Utume wa Yesu wa kuonyesha upendo wa Mungu
- Mifano ya jinsi Yesu alivyoshiriki upendo wake na watu wa nyakati zake

Utangulizi wa Yesu na maisha yake ya duniani:

Utangulizi wa Yesu na maisha yake ya duniani unaweza kufuatiliwa kwa kina katika Injili za Mathayo, Marko, Luka, na Yohana katika Agano Jipya la Biblia. Maandiko haya yanatoa habari na maelezo ya matukio muhimu yanayohusu maisha, huduma, kifo, na ufufuo wa Yesu Kristo.

Kwa mujibu wa Biblia, Yesu alizaliwa kwa njia ya miujiza kwa bikira Maria katika mji wa Bethlehemu huko Israeli (Mathayo 1:18-25, Luka 2:1-7). Alilelewa katika familia ya kikale ya Kiyahudi huko Nazareti, akikua kama mtoto mwenye hekima na neema ya Mungu (Luka 2:40, 52).

Maisha ya utumishi wa Yesu yalianza rasmi alipofikisha umri wa miaka 30, alipobatizwa na Yohana Mbatizaji katika Mto Yordani (Mathayo 3:13-17, Marko 1:9-11, Luka 3:21-22). Baada ya ubatizo huo, Yesu alianza huduma yake ya umma, akihubiri Habari Njema ya ufalme wa Mungu na kumwita watu wamgeukie Mungu na kumtii (Mathayo 4:17, Marko 1:14-15).

Maisha ya Yesu yalijumuisha mafundisho mengi ambayo yaliwasilisha kanuni za ufalme wa Mungu na maadili ya Kikristo. Alitoa mafundisho ya ajabu kupitia mifano, mafundisho ya mlimani, na majibu ya akili kwa maswali ya wapinzani wake. Alisisitiza upendo, msamaha, unyenyekevu, na kuwahudumia wengine (Mathayo 5-7, Luka 6:20-49).

Yesu alifanya pia miujiza mingi, ikiwa ni pamoja na kugeuza maji kuwa divai, kuponya wagonjwa, kuwafufua wafu, na kudhibiti hali ya hewa (Yohana 2:1-11, Mathayo 8:1-4, Luka 7:11-17, Mathayo 14:22-33). Miujiza hii ilikuwa ishara ya mamlaka yake kama Mwana wa Mungu na alama ya upendo na huruma ya Mungu kwa wanadamu.

Hata hivyo, kukubaliwa kwa Yesu na viongozi wa kidini wakati huo haukuwa mzuri. Wengi wao walimchukia kwa mafundisho yake na madai yake ya kuwa Masihi. Hatimaye, Yesu alisalitiwa na Yuda Iskarioti mmoja wa wanafunzi wake, akakamatwa, na kufikishwa mbele ya Baraza la Kiyahudi na viongozi wa Kirumi (Mathayo 26:47-27:26, Marko 14:43-15:15, Luka 22:47-23:25).

Yesu aliteswa, akapigwa, na hatimaye akasulubiwa kwenye msalaba, kifo cha mateso ambacho alijitoa kama dhabihu ya dhambi za wanadamu wote (Mathayo 27:27-56, Marko 15:16-41, Luka 23:26-49). Lakini kifo chake hakikuwa mwisho, kwa sababu siku ya tatu baadaye, Yesu alifufuliwa kutoka kwa wafu, akithibitisha ushindi wake juu ya dhambi na kifo (Mathayo 28:1-10, Marko 16:1-8, Luka 24:1-12, Yohana 20:1-18).

Baada ya ufufuo wake, Yesu alijitokeza kwa wanafunzi wake kwa muda wa siku arobaini, akiwaimarisha na kuwaagiza kuendeleza kazi yake duniani (Mathayo 28:16-20, Marko 16:14-18, Luka 24:36-53, Matendo 1:1-11).

Haya ndio maelezo ya jumla kuhusu utangulizi wa Yesu na maisha yake ya duniani, kama yalivyoelezwa katika Biblia. Maisha na huduma ya Yesu yanaendelea kuwa mfano na chanzo cha msukumo kwa Wakristo duniani kote.

UPENDO WA YESU

Utume wa Yesu wa kuonyesha upendo wa Mungu:

Utume wa Yesu wa kuonyesha upendo wa Mungu unashuhudiwa kwa kina katika Maandiko Matakatifu. Yesu mwenyewe alisema kuwa alikuja duniani kutimiza mapenzi ya Baba yake na kuonyesha upendo wake kwa watu. Hapa chini ni baadhi ya mifano ya jinsi Yesu alionyesha upendo wa Mungu katika maisha yake:

1. Upendo kwa wenye dhambi: Yesu alionyesha huruma na upendo kwa watu walioonekana kuwa wadhambi au waliotengwa na jamii. Aliwatembelea watoza ushuru, alikula nao chakula, na kuwaalika kwenye njia ya wokovu (Mathayo 9:9-13, Luka 19:1-10). Aliwasamehe wenye dhambi na kuwapa nafasi mpya ya kuishi maisha yanayoambatana na mapenzi ya Mungu.

2. Upendo kwa wagonjwa na walemavu: Yesu alitumia nguvu zake za uponyaji kuwafanya wagonjwa wapate afya. Aliwaponya vipofu, viziwi, vilema, na wenye magonjwa mbalimbali, na kuwapatia faraja na tumaini (Mathayo 4:23-24, Mathayo 8:1-4, Yohana 5:1-9).

3. Upendo kwa watoto: Yesu aliwapenda watoto na kuwakaribisha kwake. Aliwaonyesha upendo na kuwabariki, akiwafundisha watu umuhimu wa kuwa kama watoto katika imani (Mathayo 19:13-15, Marko 10:13-16).

4. Upendo kwa wapotevu: Yesu alitoa mifano ya mchungaji anayemtafuta kondoo aliyepotea, mwanamke anayetafuta sarafu iliyopotea, na baba anayemkaribisha nyumbani mwana mpotevu. Mifano hii inaonyesha upendo wa Mungu ambao huvunja mbali kwa wale waliopotea na kuwaletea wokovu (Luka 15:1-32).

5. Upendo kwa adui: Yesu aliwafundisha wafuasi wake kupenda hata adui zao. Aliwaambia wasamehe mara sabini mara saba na kuwabariki wale wanaowadhulumu (Mathayo 5:43-48, Luka 6:27-36).
6. Upendo kwa maskini na wanyonge: Yesu alikuwa na moyo wa huruma kwa maskini na wanyonge. Aliwahimiza watu kuwasaidia na kuwajali wale walio na mahitaji, akiwaeleza kuwa walipomtendea mmojawapo wa hawa ndugu zake walio wadogo, wamemtendea yeye mwenyewe (Mathayo 25:31-46, Luka 14:12-14).
7. Upendo kwa wote: Yesu alitangaza injili ya wokovu na upendo kwa watu wa mataifa yote. Aliwaagiza wafuasi wake kuwa mashahidi wake duniani kote na kuwafikia watu wa kabila zote na tamaduni zote (Mathayo 28:18-20, Matendo 1:8).

Kwa njia hizi na nyingine nyingi, Yesu aliishi na kuonyesha upendo wa Mungu kwa watu wote. Utume wake ulikuwa ni kuwa mfano hai wa upendo wa Mungu na kutoa dhabihu ya ukombozi kwa ajili ya dhambi za wanadamu. Hii inaonyesha jinsi Yesu alikuwa Mwokozi wetu na mfano wa upendo ambao tunaweza kufuata.

Mifano ya jinsi Yesu alivyoshiriki upendo wake na watu wa nyakati zake:

Yesu alionyesha upendo wake kwa watu wa nyakati zake kupitia matendo mengi ya huruma na ukarimu. Hapa chini ni mifano kadhaa ya jinsi alivyoshiriki upendo wake na watu:

1. Kuponya wagonjwa: Yesu alikuwa na uwezo wa kuponya magonjwa na kuwafanya wagonjwa wapate afya. Aliponya vipofu, viziwi, viwete, na wenye magonjwa mbalimbali. Mfano mmoja ni pale alipogusa jicho la kipofu na kumpa uwezo wa kuona

tena (Mathayo 9:27-30). Kuponya wagonjwa kulikuwa ni ishara ya upendo wake na huruma kwa watu waliokuwa wanasumbuliwa na mateso ya kimwili.
2. Kuwalisha umati: Yesu alionyesha upendo wake kwa umati kwa kuwalisha kiroho na kimwili. Katika tukio la kushangaza, alitumia mikate mitano na samaki wawili kuwalisha umati mkubwa wa watu, ambapo kila mtu akashiba na hata kusalia mabaki (Mathayo 14:13-21). Hii ilikuwa ni ishara ya ukarimu na upendo wa Mungu kwa watu.
3. Kusamehe dhambi: Yesu aliwaonyesha watu upendo mkubwa kwa kuwasamehe dhambi zao. Alisamehe wachawi, watoza ushuru, wadhambi, na hata watu waliompinga. Mfano mzuri ni pale alipomwambia mwanamke mzinzi, "Wala mimi sikuhukumu. Nenda zako, wala usitende dhambi tena" (Yohana 8:1-11). Yesu alionyesha upendo wake kwa kuwapa nafasi ya kuanza upya na kuishi maisha yanayompendeza Mungu.
4. Kuwafariji na kuwahudumia waliovunjika moyo: Yesu alikuwa karibu na wale waliokuwa na huzuni na waliopitia mateso. Alitoa faraja kwa wajane na wafiwa, na hata alimfufua mtoto wa mjane huko Nain (Luka 7:11-17). Yesu alionyesha upendo wake kwa kuguswa na mahitaji ya watu hawa na kuwapa faraja na tumaini.
5. Kufundisha upendo na maadili: Yesu alifundisha juu ya upendo wa Mungu na jinsi ya kuishi maisha yanayoambatana na upendo huo. Alitoa mafundisho ya msingi kama vile "Upende Bwana Mungu wako kwa moyo wako wote, na kwa roho yako yote, na kwa akili zako zote... na upende jirani yako kama nafsi

yako" (Mathayo 22:37-39). Yesu aliwahimiza watu kuishi kwa upendo, kusameheana, na kuhudumiana.

Hii ni baadhi tu ya mifano ya jinsi Yesu alivyoshiriki upendo wake na watu wa nyakati zake. Kupitia matendo haya ya upendo, alionyesha ukarimu na huruma ya Mungu kwa wanadamu.

SEHEMU YA TATU

UFUNUO WA UPENDO WA YESU

Ufunuo wa Upendo wa Yesu
- Ushuhuda wa mitume na waandishi wa Agano Jipya kuhusu upendo wa Yesu
- Kufafanua dhana ya upendo kwa msingi wa mafundisho ya Yesu
- Maana ya kusulubiwa kwa Yesu na upendo wake wa ukombozi

Ufunuo wa upendo wa Yesu ni ufunuo wa kipekee wa upendo wa Mungu kwa wanadamu. Yesu alitambulisha na kuonyesha upendo wa Mungu kwa njia ambayo haijawahi kushuhudiwa hapo awali. Ufunuo huu wa upendo unajumuisha mambo kadhaa muhimu:

1. Ufunuo wa asili ya Mungu: Yesu alifunua kuwa Mungu ni upendo wenyewe (1 Yohana 4:8). Alionyesha kuwa Mungu anawajali watu wake, anawasikiliza, na yuko tayari kutoa dhabihu kwa ajili yao. Yesu alikuwa mfano hai wa upendo wa Mungu ambao unavuka mipaka ya muda na nafasi.

2. Dhabihu ya ukombozi: Ufunuo wa upendo wa Yesu unajidhihirisha katika dhabihu yake ya ukombozi kwa ajili ya dhambi za wanadamu. Yesu alikubali kusulubiwa msalabani ili aweze kufanya upatanisho kati ya Mungu na wanadamu. Hii ilikuwa ishara kubwa ya upendo wake usio na kifani ambao ulikubali kuteseka kwa ajili ya wokovu wetu.

3. Upendo wenye huruma: Yesu aliwaonyesha watu upendo wenye huruma na ukarimu. Aliwasaidia,

aliwaponya, aliwafariji, na aliwakubali watu katika hali zao za udhaifu na dhambi. Alikuwa tayari kusikiliza, kuelewa, na kuhudumia mahitaji ya watu. Yesu aliwafundisha wafuasi wake kuwa na upendo huo huo wa huruma kwa wengine.
4. Upendo kwa adui: Yesu aliwafundisha wafuasi wake kupenda hata adui zao. Aliwaambia wasamehe, washtaki, na kuwaombea wale wanaowatesa (Mathayo 5:43-48). Hii ilikuwa ni mafundisho ya kipekee na yenye nguvu kuhusu upendo ambayo ilivunja mifumo ya kawaida ya kibinadamu na kuonyesha uwezo wa upendo wa Mungu.
5. Ushirika wa upendo: Yesu aliwahimiza wafuasi wake kuwa na ushirika wa upendo. Aliwaambia wapendane kama yeye alivyowapenda (Yohana 13:34-35). Ushirika huu wa upendo ulikuwa ni ushuhuda wa kipekee wa uhusiano wa karibu na wa upendo kati ya Mungu na wafuasi wake.

Ufunuo wa upendo wa Yesu unatuhimiza sisi pia kuishi kwa upendo na kuonyesha huruma kwa wengine. Tunapaswa kufuata mfano wake wa kujitoa, msamaha, na ukarimu. Kupitia ufunuo wa upendo wa Yesu, tunapata tumaini, msamaha, na wokovu wetu.

Ushuhuda wa mitume na waandishi wa Agano Jipya kuhusu upendo wa Yesu:

Ushuhuda wa mitume na waandishi wa Agano Jipya kuhusu upendo wa Yesu unapatikana katika maandiko yao ambayo yanashuhudia jinsi Yesu alivyofunua upendo wa Mungu kwa wanadamu. Hapa chini ni baadhi ya ushuhuda huo:

1. Yohana 3:16-17: "Kwa maana Mungu aliupenda ulimwengu sana, hata akamtoa Mwanawe pekee, ili kila mtu amwaminiye asipotee, bali awe na uzima wa

UPENDO WA YESU

milele. Kwa kuwa Mungu hakumtuma Mwana ulimwenguni ili auhukumu ulimwengu, bali ulimwengu uokolewe kupitia yeye." Ushuhuda huu unaonyesha jinsi Mungu alivyompenda sana ulimwengu hivyo akamtuma Mwanawe Yesu kuwaokoa watu.

2. Yohana 15:13: "Hakuna upendo mkuu kuliko huu, wa mtu kuutoa uhai wake kwa ajili ya rafiki zake." Yesu mwenyewe alitamka maneno haya akionyesha kwamba upendo wake ulikuwa wa juu kabisa, hata kufikia hatua ya kujitoa mwenyewe kwa ajili ya wengine.

3. Warumi 5:8: "Lakini Mungu aonyesha pendo lake mwenyewe kwetu sisi, kwa kuwa Kristo alikufa kwa ajili yetu tulipokuwa tungali wenye dhambi." Mtume Paulo anashuhudia jinsi Mungu mwenyewe alivyofunua upendo wake kwetu kwa njia ya Yesu kwa kufa kwa ajili ya dhambi zetu.

4. 1 Yohana 4:9-10: "Katika hili ndilo pendo la Mungu lililodhihirishwa kwetu sisi, kwa kuwa Mungu amemtuma Mwanawe pekee ulimwenguni, ili tuishi kwa yeye. Hili ndilo pendo, si kwamba sisi tulimpenda Mungu, bali kwamba yeye alitupenda sisi akamtuma Mwanawe awe dhabihu ya kufunika dhambi zetu." Yohana anaandika kuhusu dhabihu ya upendo ambayo Mungu mwenyewe alitoa kwa njia ya Yesu kwa ajili ya wokovu wetu.

5. Waefeso 5:2: "Nanyi enendeni katika pendo, kama Kristo naye alivyowapenda sisi, akajitoa mwenyewe kwa ajili yetu, kuwa sadaka na dhabihu kwa Mungu, kuwa harufu nzuri." Hapa, mtume Paulo anawahimiza Wakristo kuishi katika upendo kwa mfano wa Yesu ambaye alijitoa mwenyewe kwa ajili yetu.

Hizi ni baadhi tu ya ushuhuda wa mitume na waandishi wa Agano Jipya kuhusu upendo wa Yesu. Maandiko haya yanasisitiza jinsi Yesu alivyofunua upendo wa Mungu kwa njia ya dhabihu yake, na wanatualika kuishi katika upendo huo na kuutangaza kwa ulimwengu.

Kufafanua dhana ya upendo kwa msingi wa mafundisho ya Yesu:

Mafundisho ya Yesu yanatoa mwongozo muhimu katika kufafanua dhana ya upendo. Yesu aliishi kama mfano hai wa upendo wa Mungu na alitoa mafundisho ambayo yanatuongoza katika kuelewa na kuishi upendo huo. Hapa ni baadhi ya mafundisho muhimu ya Yesu yanayofafanua dhana ya upendo:

1. Upendo kwa Mungu na jirani: Yesu alifundisha kwamba upendo kwa Mungu na upendo kwa jirani ni maagizo makuu ya Mungu. Alisema, "Upende Bwana Mungu wako kwa moyo wako wote, na kwa roho yako yote, na kwa akili zako zote... na upende jirani yako kama nafsi yako" (Mathayo 22:37-39). Hivyo, upendo wa Mungu na upendo kwa jirani vinaunganishwa na yanapaswa kuwa msingi wa maisha yetu.

2. Upendo wa adui: Yesu alifundisha upendo wa adui na kusamehe. Alisema, "Lakini nawaambia, wapendeni adui zenu, waombeeni wanaowaudhi, ili mpate kuwa wana wa Baba yenu aliye mbinguni" (Mathayo 5:44-45). Hii inamaanisha kwamba tunapaswa kuwa na moyo wa rehema, msamaha, na upendo hata kwa wale ambao wanatupinga au kutudhuru.

3. Upendo kwa maskini na wenye mahitaji: Yesu aliwahimiza wafuasi wake kusaidia maskini na wanyonge. Alisema, "Heri walio maskini rohoni, kwa kuwa ufalme wa mbinguni ni wao" (Mathayo 5:3) na pia, "Amin, nawaambia, kwa kadiri mlivyomtendea

mmojawapo wa hawa ndugu zangu walio wadogo, mlinitendea mimi" (Mathayo 25:40). Upendo wetu unapaswa kuwa na matendo ya ukarimu na kutusukuma kusaidia wale ambao wako katika mahitaji.

4. Upendo kama alama ya wafuasi wake: Yesu alisema, "Hivyo kwa jambo hili wote watatambua ya kuwa ninyi ni wanafunzi wangu, mkiwa na upendo ninyi kwa ninyi" (Yohana 13:35). Upendo unapaswa kuwa ishara inayoonyesha kwamba sisi ni wafuasi wa Yesu. Tunapaswa kuwa na upendo na umoja miongoni mwetu ili watu wengine wapate kuuona na kuhisi uwepo wa Yesu katika maisha yetu.

5. Kujitoa kwa ajili ya wengine: Yesu mwenyewe alijitoa mwenyewe kwa ajili ya wengine kama dhabihu ya upendo. Alisema, "Hakuna upendo mkuu kuliko huu, wa mtu kuutoa uhai wake kwa ajili ya rafiki zake" (Yohana 15:13). Hivyo, upendo wa kweli unahitaji dhabihu na kujitoa kwa ajili ya wengine.

Kwa ufafanuzi huu, mafundisho ya Yesu yanatuelekeza kuelewa upendo kama kujitoa kwa Mungu na kwa jirani, kusamehe, kusaidia wenye mahitaji, kuwa na umoja na upendo miongoni mwetu, na kuwa tayari kujitoa kwa ajili ya wengine. Haya ni misingi muhimu ya upendo katika mafundisho ya Yesu.

Maana ya kusulubiwa kwa Yesu na upendo wake wa ukombozi

Kusulubiwa kwa Yesu na upendo wake wa ukombozi ni kiini cha imani ya Kikristo na ina maana kubwa katika muktadha wa upendo wa Mungu kwa wanadamu.

Yesu alisulubiwa kama dhabihu ya upendo kwa ajili ya dhambi za wanadamu. Alipokea mateso, kuteswa, na kifo msalabani ili kutupatanisha na Mungu na kutuletea wokovu. Kupitia kusulubiwa kwake, Yesu alionyesha upendo mkuu wa

Mungu kwa wanadamu, akitoa dhabihu yake mwenyewe ili kuondoa vikwazo vya dhambi na kurejesha uhusiano wa karibu kati ya Mungu na mwanadamu.

Upendo wa Yesu kwenye msalaba una maana ya ukombozi. Alilipa gharama ya dhambi zetu na akatoa njia ya msamaha na wokovu. Kwa kufa kwake, Yesu alilipia deni la dhambi ambalo hatungeweza kulipia wenyewe. Alitupatia nafasi ya kusamehewa na kuanza upya katika uhusiano wa karibu na Mungu.

Kusulubiwa kwa Yesu pia ni ishara ya upendo wa ajabu na wa ukarimu. Yesu alijitoa kabisa kwa ajili yetu, akionesha upendo usio na kifani. Aliteseka kwa niaba yetu ili tuweze kuwa na uzima wa milele. Hii inaonyesha kiwango cha juu cha upendo wa Mungu kwetu, ambao unatupenda hata katika hali yetu ya dhambi na udhaifu.

Upendo wa ukombozi wa Yesu unatualika kujibu kwa imani na kujitoa kwake. Tunakaribishwa kupokea msamaha na wokovu kupitia imani katika kazi ya Yesu msalabani. Tunakaribishwa kuishi maisha yetu kwa kumtii na kumfuata Yesu kwa upendo na shukrani kwa ajili ya ukombozi alioutupatia.

Kwa hiyo, kusulubiwa kwa Yesu na upendo wake wa ukombozi unadhihirisha ukweli wa upendo wa Mungu kwetu, unaotuletea wokovu na tumaini la uzima wa milele. Ni wito wa kujibu kwa imani, kumfuata Yesu, na kuishi kwa upendo na shukrani kwa ajili ya neema kubwa aliyoitoa kwetu.

SEHEMU YA NNE
KUKUA KATIKA UPENDO WA YESU

Kukua katika Upendo wa Yesu
- Kuelewa na kupokea upendo wa Yesu katika maisha yetu
- Kuishi kwa mfano wa upendo wa Yesu katika mahusiano yetu
- Kueneza upendo wa Yesu kwa ulimwengu unaotuzunguka

Kuelewa na kupokea upendo wa Yesu katika maisha yetu:
Kuelewa na kupokea upendo wa Yesu katika maisha yetu ni safari ya kiroho ambayo inahusisha kujenga uhusiano wa karibu na Yesu na kuishi chini ya uongozi wake wa upendo. Hapa kuna hatua muhimu katika mchakato huo:

1. Kutafuta maarifa ya kiroho: Tunahitaji kujifunza zaidi kuhusu Yesu, mafundisho yake, na kazi yake duniani. Hii inaweza kufanyika kupitia kusoma na kusoma Biblia, kusikiliza mahubiri, kuhudhuria mikutano ya ibada, na kushiriki katika mafundisho ya Kikristo. Maarifa haya yanatuwezesha kuelewa kina cha upendo wa Yesu na jinsi unavyotuathiri.

2. Kukubali upendo wa Yesu kwa imani: Tunahitaji kukubali upendo wa Yesu kwa imani na kuamini kwamba yeye ni Mwokozi wetu na Bwana wetu. Tunapaswa kukubaliana na ukweli kwamba tunahitaji

ukombozi kutokana na dhambi zetu, na Yesu ndiye njia ya pekee ya wokovu wetu. Kupitia imani, tunampokea Yesu moyoni mwetu na tunakubali upendo wake kwetu.
3. Kuwa na uhusiano wa karibu na Yesu: Uhusiano wa karibu na Yesu ni muhimu katika kuelewa na kupokea upendo wake. Hii inajumuisha kuwa na mazungumzo ya mara kwa mara na Mungu kupitia sala, kusoma Neno lake, na kutafakari juu ya mafundisho yake. Tunahitaji kuweka wakati maalum kila siku kuwa na Mungu, kumsikiliza, kuzungumza naye, na kumwachia maisha yetu.
4. Kuishi kwa mfano wa Yesu: Kupokea upendo wa Yesu kunatuongoza kuishi kwa mfano wake. Tunahitaji kuwa na moyo wa huruma, msamaha, upendo, na unyenyekevu kama alivyokuwa Yesu. Tunapaswa kuonyesha upendo kwa Mungu na jirani zetu katika matendo yetu na maneno yetu. Kwa kuishi kwa mfano wake, tunatoa ushuhuda wa upendo wake kwa ulimwengu unaotuzunguka.
5. Kujitolea kumfuata Yesu: Kuelewa na kupokea upendo wa Yesu kunatuongoza kujitolea kumfuata na kumtii katika maisha yetu. Tunahitaji kuacha maisha yetu ya zamani ya dhambi na kujitolea kuishi kwa ajili ya Yesu. Kujitolea huku kunajumuisha kumtii katika maagizo yake, kushiriki katika huduma na kazi ya ufalme wake, na kuishi maisha ya utakatifu na haki.

Kuelewa na kupokea upendo wa Yesu ni mchakato endelevu ambao unahitaji juhudi za kibinafsi na neema ya Mungu. Ni uhusiano wa kibinafsi na Yesu ambao unabadilisha maisha yetu na kutuongoza katika njia ya wokovu na ukomavu wa kiroho. Kwa kupitia upendo wake, tunapata furaha na amani ambayo haiwezi kupatikana mahali pengine.

UPENDO WA YESU

Kuishi kwa mfano wa upendo wa Yesu katika mahusiano yetu:

Kuishi kwa mfano wa upendo wa Yesu katika mahusiano yetu ni wito muhimu katika kuendelea kukua katika upendo wake. Hapa kuna maeneo muhimu ambayo tunaweza kuonyesha upendo wa Yesu katika mahusiano yetu:

1. Upendo na huruma: Tunahitaji kuwa na moyo wa upendo na huruma kwa wengine, kama vile Yesu alivyokuwa nao. Tunapaswa kuwa tayari kusikiliza, kuelewa, na kujali mahitaji na hisia za wengine. Tunaweza kuonyesha huruma na msaada kwa njia ya maneno na matendo yetu, tukiwa tayari kusaidia wale walio na uhitaji na kuwapa faraja na faraja.
2. Kusamehe na kusuluhisha migogoro: Yesu alituonyesha mfano wa msamaha kwa kusulubiwa kwake na kusamehe dhambi zetu. Tunahitaji kuwa wafadhili wa msamaha na kuwa tayari kusamehe wale wanaotukosea. Tunapaswa pia kuwa na nia ya kutatua migogoro kwa njia ya upendo na amani, tukijitahidi kujenga na kudumisha mahusiano yenye afya na wengine.
3. Kuonyesha ukarimu na kujitoa: Upendo wa Yesu ulionyeshwa kwa ukarimu na kujitoa kwake kwa wengine. Tunapaswa kuiga mfano huo kwa kuwa wakarimu katika kushiriki rasilimali zetu, wakati wetu, na vipaji vyetu na wengine. Tunaweza kuonyesha ukarimu kwa kusaidia wale walio na mahitaji, kusaidia katika jamii yetu, na kuwa tayari kutoa sadaka ya wakati na juhudi zetu kwa ajili ya wengine.
4. Kuwa na maneno ya upole na yenye kujenga: Tunahitaji kuwa na maneno ya upole na yenye kujenga katika mahusiano yetu. Tunaweza kujenga na kuimarisha wengine kwa kuzungumza kwa upendo,

kuonyesha upendo wa heshima na thamani kwa kila mtu, na kuepuka maneno yanayoweza kuumiza au kuleta chuki. Maneno yetu yanaweza kuwa chombo cha kutia moyo na kuimarisha mahusiano yetu.
5. Kuwa tayari kuhudumia: Yesu alikuwa mtumishi, na alituonyesha mfano wa kujitoa kuhudumia wengine. Tunahitaji kuwa tayari kujitoa kwa ajili ya wengine na kuwa watumishi wenye upendo. Tunaweza kufanya hivyo kwa kujitoa katika huduma na utumishi katika jamii yetu, familia zetu, na kanisani. Kuwa tayari kusaidia wengine na kutimiza mahitaji yao ni sehemu muhimu ya kuishi kwa mfano wa upendo wa Yesu.

Kuishi kwa mfano wa upendo wa Yesu katika mahusiano yetu ni wito wetu wa kuwa vyombo vya upendo na baraka kwa wengine. Tunapotekeleza haya katika mahusiano yetu, tunashuhudia upendo wa Yesu kwa ulimwengu unaotuzunguka na tunakuwa mashahidi wa mabadiliko na uponyaji ambao upendo wake unaweza kuleta.

Kueneza upendo wa Yesu kwa ulimwengu unaotuzunguka:

Kueneza upendo wa Yesu kwa ulimwengu unaotuzunguka ni jukumu letu kama wafuasi wake. Tunaweza kutumia aya za Biblia kama mwongozo na msukumo katika kutimiza wito huu. Hapa kuna aya kadhaa zinazohimiza kueneza upendo wa Yesu:

1. Mathayo 28:19-20: "Basi, enendeni, mkawafanye mataifa yote kuwa wanafunzi, mkiwabatiza kwa jina la Baba, na Mwana, na Roho Mtakatifu; na kuwafundisha kuyashika yote niliyowaamuru ninyi; na tazama, mimi nipo pamoja nanyi siku zote, hata ukamilifu wa dahari." Aya hii inatuhimiza kwenda na kufanya wanafunzi kwa watu wa mataifa yote,

kuwafundisha kumtii Yesu na kushiriki habari njema ya wokovu.
2. Marko 16:15: "Akawaambia, Enendeni ulimwenguni mwote, mkaihubiri injili kwa kila kiumbe." Yesu aliwaamuru wanafunzi wake kutangaza Injili kwa kila kiumbe. Tunahimizwa kueneza upendo na wokovu wa Yesu kwa kila mtu tunayekutana naye katika maisha yetu.
3. 1 Petro 3:15: "Bali mtakasifu Bwana Mungu mioyoni mwenu; tayari siku zote kuwajibika kwa kila mtu awaulizaye habari za tumaini lililo ndani yenu, lakini kwa upole na kwa hofu." Tunahimizwa kuwa tayari kujibu maswali na kushiriki tumaini letu katika Kristo kwa watu wanaotuuliza. Tunapaswa kufanya hivyo kwa upole na heshima, tukionyesha upendo wa Yesu katika mawasiliano yetu.
4. Yohana 13:34-35: "Amri mpya nawapa, Mpendane; kama vile nilivyowapenda ninyi, nanyi mpendane vivyo hivyo. Kwa hili wote watajua ya kuwa ninyi mmekuwa wanafunzi wangu, mkiwa na upendo ninyi kwa ninyi." Yesu alitupa amri ya kuwa na upendo kwa wengine, na kupitia upendo huo, watu watajua kwamba sisi ni wafuasi wake. Tunahimizwa kuishi maisha ya upendo na kuwa mfano wa upendo wa Yesu katika jamii yetu.
5. Warumi 12:10: "Kuweni na upendano wa kindugu. Kila mtu na amheshimu mwingine kama ndugu, na kumheshimu zaidi kuliko nafsi yake." Tunahimizwa kuheshimu na kuwapenda wengine kama ndugu zetu katika Kristo. Kwa kuonyesha upendo na heshima kwa wengine, tunakuwa mashahidi wa upendo wa Yesu na tunaweza kuwavuta wengine kumjua na kumpenda yeye.

Aya hizi zinatuongoza na kutuhamasisha kueneza upendo wa Yesu kwa ulimwengu unaotuzunguka. Tunaweza kufanya hivyo kwa kutumia neno la Mungu kama mwongozo na kwa kuishi kwa mfano wa upendo wake katika maisha yetu ya kila siku.

SEHEMU YA TANO
UPENDO WA YESU KWA KILA MTU

Upendo wa Yesu kwa Kila Mtu
- Upendo wa Yesu kwa watu wa kila rangi, kabila, na taifa
- Upendo wa Yesu kwa wenye dhambi na waliopotea
- Jinsi upendo wa Yesu unavyoturuhusu kuwapenda wengine

Upendo wa Yesu kwa watu wa kila rangi, kabila, na taifa:
Upendo wa Yesu hauna mipaka ya rangi, kabila, au taifa. Yeye ni mwenye upendo wa kina na ukarimu kwa watu wote, bila kujali tofauti zao za kijamii, kitamaduni, au kiuchumi. Biblia inatuhimiza kushiriki upendo huo wa Yesu kwa watu wa kila rangi, kabila, na taifa. Hapa kuna aya kadhaa zinazohusu upendo wa Yesu kwa watu wote:

1. Ufunuo 7:9: "Baada ya hayo nikaona, na tazama, umati mkubwa sana ambao hapana mtu awezaye kuuhesabu, kutoka kila taifa na jamaa na kabila na lugha, wamesimama mbele ya kiti cha enzi na mbele ya Mwana-Kondoo, wamevaa mavazi meupe, na matawi ya mitende mikononi mwao." Ufunuo huu unatupa picha ya umati mkubwa wa watu kutoka kila kabila na taifa, wakishiriki katika ibada ya Mungu. Hii inadhihirisha upendo wa Yesu kwa watu wa kila rangi na kabila.

2. Matendo 10:34-35: "Basi, Petro akafumbua kinywa chake, akasema, Hakika nimegundua ya kuwa Mungu

hana upendeleo; bali katika kila taifa mtu amchaye Yeye na kutenda haki hukubaliwa naye." Petro aligundua kwamba upendo wa Mungu haujizuia kwa watu wa kabila au taifa fulani, bali unapatikana kwa kila mtu anayemcha Mungu na kutenda haki. Hivyo, upendo wa Yesu ni wa kimataifa na unawajumuisha watu wa kila kabila.
3. Wagalatia 3:28: "Hakuna Myahudi wala Myunani, mtumwa wala huru, mtu wa kiume wala mwanamke; kwa maana ninyi nyote mmekuwa mmoja katika Kristo Yesu." Katika Kristo, tofauti za kitamaduni na kijamii hazina tena umuhimu. Sote tunakuwa watoto wa Mungu na washiriki wa familia moja ya kiroho. Upendo wa Yesu unatuvuka mipaka ya kijamii na kutuunganisha pamoja kama ndugu na dada katika imani.
4. Yohana 3:16: "Kwa maana Mungu aliupenda ulimwengu, hata akamtoa Mwanawe pekee, ili kila mtu amwaminiye asipotee, bali awe na uzima wa milele." Upendo wa Mungu ulimfanya atoe Mwanawe, Yesu, kwa ajili ya wokovu wa ulimwengu wote. Hii inamaanisha kwamba upendo wake ni kwa kila mtu duniani, bila kujali asili yao au tofauti zao.

Upendo wa Yesu unatuhimiza kuwapenda na kuwahudumia watu wa kila rangi, kabila, na taifa. Tunapaswa kuvunja vizingiti vya ubaguzi na kushiriki upendo wake kwa njia inayowakaribisha wote. Tunapaswa kuwa wajenzi wa umoja na upendo wa kibinadamu, tukiiga mfano wa Yesu aliyeonyesha upendo usiokuwa na ubaguzi kwa kila mtu.

Upendo wa Yesu kwa wenye dhambi na waliopotea:

Upendo wa Yesu kwa wenye dhambi na waliopotea ni mng'ao wa huruma na neema. Biblia inatuambia kwamba Yesu alikuja duniani kwa ajili ya wadhambi (Marko 2:17) na

alitupatia mfano wa upendo wa Mungu unaowafikia hata wale walioathirika na dhambi.
1. Luka 19:10: "Kwa kuwa Mwana wa Adamu amekuja kutafuta na kuokoa kile kilichopotea." Yesu alitambua kwamba sisi sote tumepotea kwa sababu ya dhambi zetu. Alijaaliwa kuwa Mwokozi wetu na kwa upendo wake, anatupenda hata katika hali yetu ya dhambi na anatujia kutafuta na kutuokoa.
2. Warumi 5:8: "Bali Mungu aonyesha pendo lake yeye mwenyewe kwetu sisi, kwa kuwa Kristo alikufa kwa ajili yetu, tulipokuwa tungali wenye dhambi." Yesu alijitoa msalabani kama sadaka ya upendo kwa ajili yetu, hata wakati tulipokuwa wenye dhambi. Upendo wake ni wa ukombozi, na anatupenda hata tunapokuwa waliopotea.
3. Luka 15:4-7: "Mtu mmoja miongoni mwenu akiwa na kondoo mia moja, akimpoteza mmoja wao, je! Hayawaachi wale tisini na tisa nyikani, na kuenda kumtafuta yule aliye mpotevu hata amwone? Nami nawaambieni, vivyo hivyo kutakuwa na furaha mbinguni kwa ajili ya mtu mmoja mwenye dhambi aubadili mwenendo wake kuliko kwa ajili ya watu tisini na tisa wenye haki wasiohitaji kubadili mwenendo wao. Au, je! Mwanamke akiwa na vipande kumi vya fedha, akimpoteza kipande kimoja, je! Haawi wakiwasha taa na kufagia nyumba na kuitafuta kwa makini mpaka akipata? Nami nawaambieni, vivyo hivyo kutakuwa na furaha mbele ya malaika wa Mungu kwa ajili ya mwenye dhambi mmoja anayetubu." Yesu alitoa mifano ya kondoo aliyepotea na fedha iliyopotea kuelezea upendo wake kwa wenye dhambi. Yeye hufurahi zaidi kwa kumwokoa mmoja aliyepotea kuliko kwa wale ambao hawana haja ya toba. Hii inatuonyesha jinsi upendo wake ni

wa pekee kwa waliopotea na anatumia juhudi zake zote kuwatafuta na kuwaleta nyumbani.

Upendo wa Yesu kwa wenye dhambi na waliopotea hautegemei sifa zetu au utendaji wetu. Ni upendo usio na masharti ambao hutualika kumgeukia na kumpokea. Yeye huponya, husamehe, na kutupatia uzima wa milele kwa njia ya upendo wake wa ukombozi.

Jinsi upendo wa Yesu unavyoturuhusu kuwapenda wengine:

Upendo wa Yesu unatupa mfano na nguvu ya kuwapenda wengine kama yeye alivyotupenda. Tunapokubali na kupokea upendo wake, Roho Mtakatifu anafanya kazi ndani yetu na kutusaidia kuwa vyanzo vya upendo kwa wengine. Hapa kuna jinsi upendo wa Yesu unavyoturuhusu kuwapenda wengine:

1. Kupitia ujuzi wa upendo wa Yesu: Tunapojifunza juu ya upendo wa Yesu kupitia Neno lake, tunapata ufahamu wa kina juu ya jinsi alivyotupenda. Tunajifunza juu ya rehema, msamaha, ukarimu, na huduma yake. Ujuzi huu unatuongoza kuwa na mtazamo sawa na kujenga upendo kwa wengine.
2. Kupitia uhusiano na Yesu: Uhusiano wetu na Yesu unatuunganisha na chanzo cha upendo wenyewe. Tunapoishi karibu naye kupitia sala, kutafakari Neno lake, na kushiriki katika Ibada, tunajenga uhusiano wa kina na yeye. Hii inatuwezesha kupokea upendo wake na kuutumia kama msukumo wa kuwapenda wengine.
3. Kupitia kuzaliwa mara ya pili: Wakati tunampokea Yesu moyoni mwetu na kuzaliwa mara ya pili kiroho, Roho Mtakatifu anakuja kuishi ndani yetu. Yeye hutuletea matunda ya Roho, ikiwa ni pamoja na upendo (Wagalatia 5:22). Kupitia nguvu ya Roho

Mtakatifu, tunapewa uwezo wa kuwapenda wengine kwa upendo wa kimungu.
4. Kupitia kujitoa kwa ajili ya wengine: Upendo wa Yesu unatuhimiza kuwa watumishi kwa wengine. Tunapojitoa kwa ajili ya wengine na kuwahudumia kwa ukarimu, tunawapa upendo wa Yesu wa kuwafikia. Tunajitahidi kuonyesha huruma, msamaha, na kuwaonyesha wengine jinsi Yesu anavyotupenda.
5. Kupitia sala: Tunapotafakari juu ya upendo wa Yesu na kuomba nguvu na mwongozo wake, tunajenga uhusiano wa karibu zaidi na yeye. Sala inatuunganisha na moyo wa Yesu na inatufanya kuwa watumishi wenye upendo na wenye huruma.

Upendo wa Yesu unatuongoza kuwapenda wengine kwa njia inayothamini, inayosamehe, na inayotafuta faida zao. Tunapofuata mfano wake na kuishi kwa kufuata mafundisho yake, tunakuwa vyombo vya upendo wake duniani.

SEHEMU YA SITA
AHADI ZA KALE ZA UKOMBOZI

Ahadi za Kale za Ukombozi
Utangulizi wa unabii wa Agano la Kale unaotabiri kuja kwa Masihi
- Kutambua haja ya ukombozi wa mwanadamu kutokana na dhambi

Utangulizi wa unabii wa Agano la Kale unaotabiri kuja kwa Masihi:

Utangulizi wa unabii wa Agano la Kale unaotabiri kuja kwa Masihi ni muhimu sana katika kuelewa umuhimu na ukweli wa Yesu Kristo kama Mwokozi wetu. Agano la Kale lina unabii mbalimbali ambao ulitabiri kwa ufasaha kuja kwa Masihi, ambaye ni Yesu. Unabii huu ulitimizwa katika maisha, kifo, na ufufuo wake.

Hapa kuna baadhi ya unabii muhimu wa Agano la Kale unaotabiri kuja kwa Masihi:

1. Mwanzo 3:15: Hapa tunapata unabii wa kwanza wa Masihi ambapo Mungu anamwambia shetani baada ya Adamu na Hawa kufanya dhambi. Mungu anasema, "Nami nitaleta uadui kati yako na huyo mwanamke, na kati ya uzao wako na uzao wake; huo utakuponda kichwa, na wewe utamponda kisigino." Hii inatabiri kuja kwa Masihi ambaye atashinda

shetani na kuwaokoa watu kutoka katika nguvu za dhambi na mauti.
2. Isaya 7:14: Unabii huu unatabiri kuzaliwa kwa Masihi kutoka kwa bikira. Inasema, "Tazama, bikira atachukua mimba, naye atamzaa mtoto mwanamume; naye atamwita jina lake Imanueli." Hii ilikuwa ishara ya miujiza ya kuzaliwa kwa Masihi ambaye atakuwa Mungu pamoja nasi.
3. Isaya 9:6-7: Unabii huu unatoa maelezo ya utambulisho na utawala wa Masihi. Inasema, "Maana mtoto ametwaliwa kwetu, mwanawe amepewa; na uweza wa kifalme utakuwa begani mwake; naye ataitwa jina lake, Mshauri wa ajabu, Mungu mwenye nguvu, Baba wa milele, Mfalme wa amani." Hii inatabiri kuja kwa Masihi ambaye atakuwa Mfalme mwenye nguvu na utawala wa milele.
4. Mika 5:2: Unabii huu unataja mahali ambapo Masihi atazaliwa. Inasema, "Lakini wewe, Bethlehemu Efratha, uliye mdogo kuwa kati ya elfu za Yuda, kutoka kwako atakuja mmoja atakayekuwa mtawala katika Israeli; ambaye matokeo yake yametoka tangu zamani, tangu milele." Hii ilikuwa ishara ya kuzaliwa kwa Masihi katika mji wa Bethlehemu.

Unabii huu na mengine mengi katika Agano la Kale yanathibitisha na kutangaza kuja kwa Masihi ambaye ni Yesu Kristo. Kwa hiyo, utangulizi wa unabii huu unaonyesha kuwa Yesu ni Masihi aliyeahidiwa na kwamba maisha na utume wake yalikuwa yametabiriwa tangu zamani. Unabii huu unatupa uhakika na imani katika utambulisho wa Yesu kama Mwokozi wetu na jinsi yeye anavyotimiza ahadi za Mungu katika historia ya wokovu.

Kutambua haja ya ukombozi wa mwanadamu kutokana na dhambi:

Kutambua haja ya ukombozi wa mwanadamu kutokana na dhambi ni muhimu sana katika kuelewa umuhimu wa kazi ya Yesu Kristo. Dhambi inamaanisha kutotii sheria na mapenzi ya Mungu, na ina athari mbaya katika uhusiano wetu na Mungu na maisha yetu ya kiroho.

Hapa kuna mambo muhimu ya kuzingatia kuhusu haja ya ukombozi:

1. Asili ya dhambi: Biblia inatufundisha kwamba kila mwanadamu ana dhambi na amepotoka mbali na utakatifu wa Mungu. Kuanzia wakati wa Adamu na Hawa, dhambi imeingia ulimwenguni na kuathiri kila mwanadamu (Warumi 3:23). Hatuwezi kujikomboa wenyewe kutoka katika utumwa wa dhambi.
2. Athari za dhambi: Dhambi inatuletea matokeo mabaya, ikiwa ni pamoja na kifo cha kiroho na kifo cha mwili. Dhambi inatutenga na Mungu na kutufanya tuwe mbali na utimilifu wa maisha tunayostahili kuishi. Hatuwezi kujikomboa wenyewe kutoka katika adhabu ya dhambi.
3. Hitaji la msamaha na ukombozi: Kwa sababu hatuwezi kujikomboa wenyewe kutoka katika utumwa wa dhambi na athari zake, tunahitaji msamaha na ukombozi kutoka kwa Mungu. Tunahitaji kurejeshwa katika uhusiano na Mungu na kupata maisha ya milele. Hii ni haja yetu ya msingi.
4. Upendo wa Mungu na ukombozi kupitia Yesu: Mungu katika upendo wake mkuu alituma Mwana wake, Yesu Kristo, duniani ili atimize kazi ya ukombozi wetu. Yesu alikufa msalabani kwa ajili ya dhambi zetu, akachukua adhabu yetu, na kutupatia njia ya msamaha na ukombozi (Yohana 3:16). Ni kwa njia ya imani katika Yesu na kazi yake ya ukombozi tunapata msamaha na uhusiano wa karibu na Mungu.

UPENDO WA YESU

Kutambua haja ya ukombozi wa mwanadamu kutokana na dhambi kunatufanya tuelewe umuhimu wa Yesu Kristo na kusudi la kazi yake msalabani. Tunahitaji kutubu dhambi zetu, kumwamini Yesu kama Mwokozi wetu, na kukubali neema yake ya ukombozi ili tuweze kupata msamaha wa dhambi na maisha mapya katika Kristo.

SEHEMU YA SABA

YESU KRISTO, MKOMBOZI WA DUNIA

Yesu Kristo, Mkombozi wa Dunia
- Utangulizi wa maisha na utume wa Yesu Kristo
- Jinsi maisha ya Yesu yalivyolingana na unabii wa Agano la Kale
- Mafundisho ya Yesu juu ya Ufalme wa Mungu na utimilifu wa sheria

Yesu Kristo ni Mkombozi wa dunia. Yeye ni Mwana wa Mungu aliyekuja duniani kwa lengo la kuleta ukombozi na wokovu kwa wanadamu wote. Hii ilifanyika kupitia kazi yake ya ukombozi katika msalaba.

Hapa kuna mambo muhimu kuhusu Yesu Kristo kama Mkombozi:

1. Uungu wa Yesu: Yesu si tu mwanadamu, lakini pia ni Mungu aliyefanyika mwili. Yeye ni sehemu ya Utatu Mtakatifu pamoja na Baba na Roho Mtakatifu. Kwa kuwa yeye ni Mungu, dhabihu yake ina nguvu ya kuondoa dhambi na kuleta wokovu.
2. Dhabihu yake ya msalaba: Yesu alijitoa mwenyewe katika dhabihu ya msalaba kwa ajili ya dhambi za ulimwengu. Kupitia kifo chake cha adhabu, yeye alilipia madeni yetu ya dhambi na kutoa ukombozi wa milele. Dhabihu yake ni yenye thamani isiyo na kifani na inatosha kwa ajili ya wokovu wa wanadamu wote.
3. Ufufuo wake: Baada ya kifo chake msalabani, Yesu alifufuka kutoka kwa wafu. Ufufuo wake unaashiria

UPENDO WA YESU

ushindi wake juu ya dhambi, mauti, na nguvu za giza. Kupitia ufufuo wake, Yesu anatupatia tumaini la uzima wa milele na uwezekano wa kuwa na uhusiano wa karibu na Mungu.
4. Uongozi na ukuhani wa milele: Yesu sasa anashika cheo cha ukuhani wa milele mbinguni. Yeye ndiye Mpatanishi wetu kati ya Mungu na wanadamu. Kupitia uongozi wake, tunaweza kuja kwa Baba na kupata msamaha, neema, na baraka.
5. Ahadi ya kuja tena: Biblia inatuhakikishia kuwa Yesu atarudi tena duniani kwa utukufu. Wakati huo, atakamilisha kazi yake ya ukombozi na kuleta hukumu kuu. Atatengeneza ulimwengu mpya na kuleta mwisho wa dhambi na mateso.

Yesu Kristo, kama Mkombozi wa dunia, anatoa njia pekee ya wokovu na upatanisho kati ya Mungu na wanadamu. Ni kwa njia ya imani katika kazi yake ya ukombozi na kumfuata kama Bwana wetu ndipo tunaweza kupata wokovu na uzima wa milele. Kupitia upendo wake mkubwa na ukombozi wake, tunaweza kuishi kwa uhuru na kufurahia uhusiano wa karibu na Mungu wetu Mwenyezi.

Hapa kuna baadhi ya aya za Biblia zinazohusiana na Yesu Kristo kama Mkombozi wa dunia:
1. Yohana 3:16: "Kwa maana Mungu aliupenda ulimwengu hivi, hata akamtoa Mwanawe pekee, ili kila mtu amwaminiye asipotee, bali awe na uzima wa milele."
2. Matendo 4:12: "Wala hakuna wokovu katika mwingine awaye yote, kwa maana hapana jina jingine chini ya mbingu walilopewa wanadamu litupasalo sisi kuokolewa kwalo."
3. 1 Timotheo 2:5-6: "Kwa maana Mungu ni mmoja, na mpatanishi kati ya Mungu na wanadamu ni mmoja,

yaani, yule mwanadamu Kristo Yesu; aliyejitoa nafsi yake kuwa ukombozi kwa wote."
4. Tito 2:13-14: "Tukilitazamia tumaini lenye baraka, na kufunuliwa kwa utukufu wa Mungu mkuu na Mwokozi wetu Yesu Kristo; ambaye alijitoa nafsi yake kwa ajili yetu ili atukomboe na maasi yote, na kujisafishia watu wawe milki yake mwenyewe, watu wa bidii katika matendo mema."
5. Yohana 14:6: Yesu akawaambia, "Mimi ndimi njia, na kweli, na uzima; mtu haji kwa Baba, ila kwa njia ya mimi."
6. Matendo 10:43: "Huyo ndiye ambaye manabii wote wametoa ushuhuda wake, ya kwamba kwa jina lake kila mtu amwaminiye atapokea ondoleo la dhambi zake."
7. 1 Yohana 4:14: "Nasi tumeliona na kulishuhudia, ya kuwa Baba amemtuma Mwana kuwa Mwokozi wa ulimwengu."
8. Warumi 5:8: "Bali Mungu aonyesha pendo lake yeye mwenyewe kwetu sisi, kwa kuwa Kristo alikufa kwa ajili yetu, tulipokuwa tungali wenye dhambi."
9. Wafilipi 2:8-9: "Akajinyenyekeza, akawa mtii hata mauti, naam, mauti ya msalaba. Kwa hiyo tena Mungu amemwinua juu sana, akamkirimia jina lile lipitalo kila jina."
10. Waebrania 7:25: "Basi, yeye aweza kuwaokoa kabisa wao wamjiao Mungu kwa yeye; maana yu hai sikuzote ili awaombee."

Aya hizi zinaonyesha ukweli wa msingi kwamba Yesu Kristo ni Mkombozi wa dunia na njia pekee ya wokovu wetu. Kupitia imani katika Yesu na kazi yake ya ukombozi, tunaweza kupata msamaha wa dhambi zetu, uzima wa milele, na uhusiano wa karibu na Mungu.

UPENDO WA YESU

Utangulizi wa maisha na utume wa Yesu Kristo:

Yesu Kristo alikuwa mtu wa kipekee na muhimu katika historia ya ulimwengu. Maisha yake yamekuwa chanzo cha uongozi, mafundisho, na mwongozo kwa mamilioni ya watu duniani kote. Utume wake ulikuwa kuwafunua watu upendo na mpango wa Mungu kwa wokovu wao.

Hapa kuna mambo muhimu katika maisha na utume wa Yesu Kristo:

1. Kuzaliwa kwa Yesu: Yesu alizaliwa katika mji wa Bethlehemu, akiwa mwana wa Bikira Maria na kwa uwezo wa Roho Mtakatifu. Kuzaliwa kwake kulitimiza unabii wa Agano la Kale na kuonyesha kuwa yeye ni Masihi aliyeahidiwa.

2. Maisha ya Yesu: Katika miaka yake ya utoto na ujana, hakuna habari nyingi zilizorekodiwa kuhusu Yesu. Hata hivyo, alikuwa na hekima na maarifa ya kipekee, kama ilivyothibitishwa na tukio la Yesu akiwa hekaluni akiwafundisha walimu wa sheria.

3. Huduma ya Yesu: Yesu alianza huduma yake ya umma akiwa na umri wa miaka 30. Alitembelea vijiji na miji, akifundisha, kuponya wagonjwa, na kuwaonyesha watu njia ya wokovu. Alijulikana kwa miujiza yake ya uponyaji na kufufua wafu, ambayo ilithibitisha uwezo wake wa kimungu.

4. Mafundisho ya Yesu: Yesu alitoa mafundisho mengi ambayo yalikuwa na nguvu na yenye mamlaka. Alihubiri kuhusu ufalme wa Mungu, upendo, msamaha, haki, na umuhimu wa kumfuata Mungu kwa moyo wote. Alitumia mifano na mafumbo ili kuwasaidia watu kuelewa mafundisho yake.

5. Msalaba na kifo cha Yesu: Kilele cha utume wa Yesu kilikuwa kusulubiwa kwake msalabani. Alijitolea mwenyewe kama dhabihu ya dhambi kwa ajili ya wanadamu wote. Kupitia kifo chake, Yesu alilipa

gharama ya dhambi zetu na kutuletea ukombozi na wokovu.
6. Ufufuo wa Yesu: Siku ya tatu baada ya kifo chake, Yesu alifufuka kutoka kwa wafu. Ufufuo wake ulithibitisha madai yake ya kuwa Mwana wa Mungu na Mkombozi wa ulimwengu. Ufufuo wake ulileta matumaini ya uzima wa milele na kushinda nguvu za dhambi na kifo.

Utume wa Yesu Kristo ulikuwa wa kipekee na muhimu kwa wokovu wa wanadamu. Alituletea ufunuo wa Mungu, upendo wake wa dhabihu, na njia ya ukombozi wetu. Kwa kumpokea Yesu Kristo kwa imani, tunaweza kushiriki katika neema na wokovu wake na kuwa na uhusiano wa karibu na Mungu Baba.

Hapa kuna baadhi ya aya za Biblia zinazohusiana na maisha na utume wa Yesu Kristo:
1. Mathayo 1:21: "Naye atazaa mwana, nawe utamwita jina lake Yesu; maana yeye ndiye atakayewaokoa watu wake na dhambi zao."
2. Luka 19:10: "Kwa maana Mwana wa Adamu amekuja kutafuta na kuokoa kile kilichopotea."
3. Yohana 3:17: "Kwa maana Mungu hakumtuma Mwana ulimwenguni ili auhukumu ulimwengu, bali ulimwengu uokolewe katika yeye."
4. Marko 10:45: "Kwa maana Mwana wa Adamu hakuja kutumikiwa, bali kutumika na kutoa nafsi yake iwe fidia ya watu wengi."
5. Yohana 10:10: "Mimi nalikuja ili wawe na uzima, kisha wawe nao tele."
6. Luka 4:18-19: "Roho wa Bwana yu juu yangu, Kwa kuwa amenitia mafuta kuwahubiri maskini habari njema; Amenituma kuwatangazia mateka

UPENDO WA YESU

kufunguliwa, Na vipofu kupata kuona, kuwaacha huru walioonewa."
7. Matendo 10:38: "Mungu alimpaka Yesu wa Nazareti kwa Roho Mtakatifu na nguvu, naye akapita katika nchi zote akifanya wema, na kuponya wote waliokuwa wamezimia na nguvu za yule mwovu; kwa maana Mungu alikuwa pamoja naye."
8. Yohana 14:6: Yesu akawaambia, "Mimi ndimi njia, na kweli, na uzima; mtu haji kwa Baba, ila kwa njia ya mimi."
9. Matendo 4:12: "Wala hakuna wokovu katika mwingine awaye yote, kwa maana hapana jina jingine chini ya mbingu walilopewa wanadamu litupasalo sisi kuokolewa kwalo."
10. Wafilipi 2:5-8: "Nanyi na mwe na nia ileile ndani yenu ambayo ilikuwamo katika Kristo Yesu, ambaye yeye, ingawa alikuwa yupo katika hali ya Mungu, hakudai kuwa sawa na Mungu, bali alijifanya kuwa hana utukufu, akatwaa namna ya mtumwa, akawa ana mfano wa wanadamu; naye alipoonekana ana umbo kama mwanadamu, alijinyenyekeza akawa mtii hata mauti, naam, mauti ya msalaba."

Aya hizi zinaonyesha jinsi Yesu Kristo alivyokuja duniani kwa kusudi la kuwa Mwokozi na Mkombozi wa wanadamu. Alikuja kutoa ukombozi na kuleta wokovu kupitia kifo chake msalabani. Aya hizo pia zinaonyesha upendo na huruma ya Yesu kwa watu wote, na wito wetu wa kumwamini na kumfuata yeye.

Jinsi maisha ya Yesu yalivyolingana na unabii wa Agano la Kale:

Yesu Kristo alitimiza unabii wa Agano la Kale kwa njia nyingi. Maandiko ya Agano la Kale yalitoa unabii na ahadi kuhusu kuja kwa Masihi, na maisha ya Yesu yalilingana na

unabii huo. Hapa kuna baadhi ya mifano ya jinsi maisha ya Yesu yalivyolingana na unabii wa Agano la Kale:
1. Kuzaliwa kwake kutoka kwa bikira: Unabii wa Isaya 7:14 ulitabiri kuzaliwa kwa Masihi kutoka kwa bikira. Yesu alizaliwa na Bikira Maria kama ilivyotabiriwa, kuthibitisha kwamba yeye ndiye Masihi aliyetabiriwa.
2. Kuzaliwa kwake Bethlehemu: Unabii wa Mika 5:2 ulitabiri kwamba Masihi atazaliwa Bethlehemu. Yesu alizaliwa katika mji huo mdogo wa Bethlehemu, kama ilivyotabiriwa.
3. Utume wake wa kuwafungua waliofungwa: Unabii wa Isaya 61:1-2 ulitabiri kuwa Masihi atakuja kuwafungua waliofungwa na kuwakomboa walioteswa. Yesu alifunua utume wake wa kuwafungua walioteswa, kutangaza uhuru kwa wale waliokuwa wamefungwa na dhambi, maradhi, na nguvu za giza.
4. Kufa kwake kwa ajili ya dhambi za watu: Unabii wa Isaya 53 ulitabiri kuteswa na kifo cha Masihi kwa ajili ya dhambi za watu. Yesu alisulubiwa msalabani na kutoa dhabihu ya nafsi yake kwa ajili ya wokovu wa wanadamu, kulingana na unabii huo.
5. Ufufuo wake kutoka kwa wafu: Zaburi 16:10 ilionyesha unabii wa Masihi kufufuka kutoka kwa wafu. Yesu alifufuka kutoka kwa wafu siku ya tatu baada ya kifo chake, kulingana na unabii huo.
6. Utukufu na ufalme wake wa milele: Danieli 7:13-14 ilionyesha unabii wa Masihi kupewa utukufu na ufalme wa milele. Baada ya ufufuo wake, Yesu alipaa mbinguni na alitiwa mamlaka yote mbinguni na duniani, kulingana na unabii huo.

Maisha ya Yesu yalifunua jinsi alivyotimiza unabii wa Agano la Kale, kuthibitisha kwamba yeye ndiye Masihi aliyeahidiwa. Utimilifu wa unabii huo unathibitisha utambulisho na utume wake kama Mkombozi na Bwana.

Mafundisho ya Yesu juu ya Ufalme wa Mungu na utimilifu wa sheria:

Yesu alitoa mafundisho mengi juu ya Ufalme wa Mungu na utimilifu wa sheria. Hapa kuna baadhi ya mafundisho muhimu ya Yesu kuhusu mada hizo:

1. Ufalme wa Mungu:
   - Mathayo 4:17: "Tubuni, kwa kuwa ufalme wa mbinguni umekaribia."
   - Mathayo 13:44: "Tena ufalme wa mbinguni umefanana na hazina iliyositirika katika shamba; ambayo mtu alipoiona, aliificha, na kwa furaha yake akaenda akauza alivyo navyo vyote akaununua shamba lile."
   - Mathayo 18:3: "Amin, nawaambieni, Msipogeuka na kuwa kama watoto wachanga, hamtaingia kamwe katika ufalme wa mbinguni."

2. Utimilifu wa Sheria:
   - Mathayo 5:17-18: "Msidhani ya kuwa nalikuja kuitangua torati au manabii; la, sikuja kuitangua, bali kuitimiliza. Kwa maana, amin, nawaambia, mpaka mbingu na nchi zitakapoondoka, jioni na asubuhi moja iota au nukta moja ya torati haitapita, hata yote yatimie."
   - Mathayo 22:37-40: "Yesu akamwambia, Mpende Bwana Mungu wako kwa moyo wako wote, na kwa roho yako yote, na kwa akili zako zote. Hii ndiyo amri iliyo kuu, tena ni ya kwanza. Na ya pili yafanana na hiyo, Mpende jirani yako kama nafsi yako. Katika amri hizi mbili hutegemea torati yote na manabii."

- Mathayo 7:12: "Basi, yo yote myatakayo watu wawatendee ninyi, nanyi watendeeni vivyo hivyo; kwa kuwa hiyo ndiyo torati na manabii."

Yesu alieleza kuwa Ufalme wa Mungu ulikuwa karibu, na aliwahimiza watu kutubu na kuufanya Ufalme huo kuwa kipaumbele katika maisha yao. Pia, alisisitiza utimilifu wa sheria na unabii wa Agano la Kale, akifundisha kuwa alikuja kutimiza na kufafanua sheria hiyo kwa njia ya upendo na haki. Alifundisha kuwa upendo kwa Mungu na jirani ni jambo la msingi katika maisha ya Mkristo.

Yesu alionyesha kuwa Ufalme wa Mungu ulikuwa si tu juu ya sheria na kanuni, bali pia juu ya moyo, nia, na mahusiano ya kibinafsi. Alitaka watu waishi kwa haki, ukarimu, upendo, na msamaha. Mafundisho ya Yesu juu ya Ufalme wa Mungu na utimilifu wa sheria yanatuhimiza kuishi kwa mfano wake na kuwa vyombo vya upendo na haki katika ulimwengu unaotuzunguka.

SEHEMU YA NANE
SABABU YA KUJA KWA YESU

Sababu za Kuja kwa Yesu
- Upendo wa Mungu kwa wanadamu na tamaa yake ya kuleta ukombozi
- Kusulubiwa kwa Yesu kama njia ya fidia kwa dhambi za wanadamu

Mafundisho ya Yesu juu ya msamaha na upatanisho

Kuna sababu nyingi zilizosababisha kuja kwa Yesu Kristo duniani. Hapa ni baadhi ya sababu muhimu:

1. Ukombozi wa wanadamu: Dhambi iliingia ulimwenguni na kuleta uharibifu na utengano kati ya Mungu na mwanadamu. Yesu alikuja kama Mkombozi ili kutoa dhabihu yake kwa ajili ya dhambi za wanadamu na kuwapatanisha na Mungu. Kupitia kifo chake msalabani na ufufuo wake, Yesu alileta ukombozi wa milele kwa wote wanaomwamini.

2. Kuonyesha upendo wa Mungu: Yesu alikuja kuonyesha upendo wa Mungu kwa wanadamu. Alifundisha juu ya upendo wa Mungu, akawa mfano wa upendo huo kwa kutenda matendo ya huruma, msamaha, na ukarimu. Kupitia maisha yake na kifo

chake, Yesu aliweka mfano wa jinsi upendo wa Mungu unavyopaswa kuwa katika mahusiano yetu.
3. Kufunua ukweli na kumwonyesha Mungu: Yesu alikuja kuwafunulia watu ukweli kuhusu Mungu na njia ya wokovu. Alifundisha mafundisho ya kweli kuhusu ufalme wa Mungu, msamaha, wokovu, na maadili ya Kikristo. Kupitia maneno na matendo yake, alionyesha sifa za Mungu na kuwafanya watu wamjue Mungu kwa njia ya kipekee.
4. Kuleta mabadiliko ya kina katika maisha yetu: Yesu alikuja kubadilisha maisha yetu na kutupa uzima wa milele. Alitoa mwaliko wa kutubu na kuamini Injili ili tuweze kuishi maisha ya kufuata mapenzi ya Mungu. Alituongoza katika njia ya haki na utakatifu, na kupitia Roho Mtakatifu aliyetuahidi, tunapokea nguvu na mwongozo wa kuishi maisha yanayoleta utukufu kwa Mungu.
5. Kufunua mapenzi ya Mungu kwa ajili ya kushirikiana naye: Yesu alikuja kutualika kushirikiana na Mungu na kufanya mapenzi yake duniani. Alifundisha juu ya umuhimu wa kumfuata na kumtumikia Mungu kwa moyo wote na kuwa vyombo vya upendo na haki katika ulimwengu. Alitupa mfano wa jinsi ya kuishi kwa kujitoa na kuwahudumia wengine.

Kuja kwa Yesu Kristo duniani kulikuwa na lengo la kubadilisha maisha yetu, kutuletea wokovu, na kuwezesha uhusiano wetu na Mungu. Alituwezesha kupata msamaha wa dhambi na kuwa na tumaini la uzima wa milele.

Upendo wa Mungu kwa wanadamu na tamaa yake ya kuleta ukombozi:

Upendo wa Mungu kwa wanadamu ni wa kipekee na usio na kifani. Mungu anatupenda sisi kwa upendo wa kina na wa milele. Yeye aliumba wanadamu kwa mfano wake na

UPENDO WA YESU

aliwaweka katika bustani ya Edeni ili waishi kwa furaha na ushirika naye. Hata hivyo, dhambi iliingia ulimwenguni na kuleta utengano kati ya Mungu na mwanadamu.

Hata ingawa dhambi iliingilia kati, Mungu hakukata tamaa na upendo wake kwa wanadamu. Badala yake, aliamua kuleta ukombozi na wokovu kwa njia ya Yesu Kristo. Biblia inafunua jinsi Mungu alivyotamani kuwaokoa wanadamu kutoka katika dhambi na matokeo yake. Yohana 3:16 inasema, "Kwa maana Mungu aliupenda ulimwengu hata akamtoa Mwanawe pekee, ili kila mtu amwaminiye asipotee, bali awe na uzima wa milele."

Mungu alimtuma Mwanawe, Yesu Kristo, duniani ili kuleta ukombozi na kuwaokoa wanadamu kutoka utumwa wa dhambi. Alijitoa mwenyewe kwa njia ya kifo chake msalabani ili kufidia dhambi zetu na kutuletea msamaha na wokovu. Hii ni kielelezo cha kina cha upendo wa Mungu kwetu.

Mungu anatamani kuona wanadamu wote wameokolewa na kufurahia uhusiano na yeye. 2 Petro 3:9 inasema, "Bwana hakawii katika kutimiza ahadi yake, kama wengine wanavyodhani kukawia, bali ni mwenye subira kwenu, siyataka wengine wapotee bali wote wafikie toba." Mungu anatamani kwamba kila mtu amgeukie na kupata wokovu.

Upendo wa Mungu ni wa ukarimu na wa huruma. Anatupenda sisi licha ya dhambi zetu na anatualika kumgeukia kwa toba na imani ili tupate wokovu. Mungu anatamani kuwaokoa wanadamu wote na kuwapatanisha nao kwa sababu ya upendo wake mkubwa. Ni jukumu letu kujibu upendo wake kwa kumwamini Yesu Kristo na kuishi kwa kumtii.

Yohana 3:16 - "Kwa maana Mungu aliupenda ulimwengu hata akamtoa Mwanawe pekee, ili kila mtu amwaminiye asipotee, bali awe na uzima wa milele."

1. Warumi 5:8 - "Bali Mungu aonyesha pendo lake yeye mwenyewe kwetu sisi, kwa kuwa Kristo alikufa kwa ajili yetu, tulipokuwa tungali wenye dhambi."
2. 1 Yohana 4:9-10 - "Katika hili pendo la Mungu lilionekana kwetu, kwamba Mungu alimtuma Mwanawe wa pekee ulimwenguni, ili tuishi kwa yeye. Katika hili ndilo pendo, si kwamba sisi tulimpenda Mungu, bali yeye alitupenda sisi, akamtuma Mwanawe awe sadaka ya kufunika dhambi zetu."
3. 2 Petro 3:9 - "Bwana hakawii katika kutimiza ahadi yake, kama wengine wanavyodhani kukawia, bali ni mwenye subira kwenu, siyataka wengine wapotee bali wote wafikie toba."
4. Tito 3:4-5 - "Lakini, wakati wema wa Mungu Mwokozi wetu ulipofunuliwa, na upendo wake kwa wanadamu, alituokoa si kwa matendo ya haki tuliyoyatenda sisi, bali kwa rehema yake, kwa kuoshwa kwa kuzaliwa kwa pili na kufanywa upya na Roho Mtakatifu."
5. Waefeso 2:4-5 - "Lakini Mungu, kwa kuwa ni mwingi wa rehema, kwa ajili ya pendo kubwa alilolipenda nasi, hata wakati tulipokuwa wafu kwa sababu ya makosa yetu, alituondoshea pamoja na Kristo (kwa neema mmeokolewa)."
6. Yohana 15:13 - "Hakuna mtu aliye na upendo mkubwa kuliko huu, ya kwamba mtu amtoa uhai wake kwa ajili ya rafiki zake."
7. Warumi 8:38-39 - "Kwa maana nimekwisha kujua ya kuwa wala mauti wala uzima, wala malaika wala wenye mamlaka, wala yaliyopo wala yatakayokuwapo, wala wenye nguvu wala yaliyo juu wala yaliyo chini, wala kiumbe kinginecho chote

hakitaweza kututenga na upendo wa Mungu ulio katika Kristo Yesu Bwana wetu."

Hizi ni baadhi ya aya za Biblia zinazofunua upendo wa Mungu kwa wanadamu na tamaa yake ya kuleta ukombozi. Aya hizi zinatufundisha juu ya upendo wake usio na kifani, dhabihu ya Kristo kwa ajili yetu, na tamaa yake ya kuwaokoa na kuwapa uzima wa milele wote wanaomwamini.

Kusulubiwa kwa Yesu kama njia ya fidia kwa dhambi za wanadamu:

Kusulubiwa kwa Yesu Kristo ni tukio muhimu sana katika historia ya wokovu. Yesu alikubali kusulubiwa ili kufidia dhambi za wanadamu na kuwapatanisha na Mungu. Fidia ni malipo au dhabihu inayotolewa ili kulipia au kufidia kosa au deni. Yesu alitolewa kama dhabihu kamili ya fidia kwa ajili ya dhambi za wanadamu.

Aya za Biblia zinazofafanua kusulubiwa kwa Yesu kama njia ya fidia kwa dhambi za wanadamu ni pamoja na:

1. Mathayo 20:28 - "Kama vile Mwana wa Adamu hakuja kutumikiwa, bali kutumika na kutoa nafsi yake iwe fidia ya wengi."
2. 1 Timotheo 2:5-6 - "Kwa maana Mungu ni mmoja, na mpatanishi kati ya Mungu na wanadamu ni mmoja, yaani, mwanadamu Kristo Yesu, ambaye alijitoa mwenyewe kuwa fidia kwa ajili ya wote; huo ndio ushuhuda uliotolewa kwa wakati wake."
3. Warumi 3:24-25 - "Wamehesabiwa haki bure kwa neema yake, kwa njia ya ukombozi ulio katika Kristo Yesu; ambaye Mungu alimweka kuwa kipatanisho kwa imani katika damu yake, ili awaonyeshe haki yake yeye mwenyewe kwa sababu ya kuvumilia kwake. Hivyo Mungu hukumbuka yeye aliyefanyika sadaka ya fidia kwa njia ya imani katika damu yake."

4. 2 Wakorintho 5:21 - "Yeye asiyejua dhambi alimfanya kuwa dhambi kwa ajili yetu, ili sisi tupate kuwa haki ya Mungu katika yeye."

Kusulubiwa kwa Yesu ni dhabihu ya upendo na ukombozi ambayo inatupatia msamaha wa dhambi na nafasi ya kuwa na uhusiano na Mungu. Kwa njia ya kifo chake msalabani, Yesu alilipia gharama ya dhambi zetu na kutuletea wokovu. Tunaweza kumpokea Yesu kwa imani na kujitambua kuwa sisi ni wenye dhambi na tunahitaji ukombozi na msamaha kutoka kwake.

Fidia ya Yesu kwa dhambi zetu inatupatia nafasi ya kusamehewa na kuanza upya katika uhusiano wetu na Mungu. Tunahitaji kuamini katika kazi ya fidia ya Yesu na kuweka imani yetu kwake ili tupate wokovu na uzima wa milele.

SEHEMU YA TISA
KAZI YA UKOMBOZI YA YESU

Kazi ya Ukombozi ya Yesu
- Ufufuo wa Yesu na ushindi wake juu ya mauti na dhambi
- Maana ya imani katika Yesu Kristo kama njia ya ukombozi
- Kuishi maisha ya kujitoa na utii kama majibu ya upendo wa Mungu

Kazi ya ukombozi ya Yesu ni kazi ya msalaba ambayo aliifanya kwa ajili ya wanadamu wote. Kupitia kifo chake msalabani na ufufuo wake, Yesu alitimiza kazi ya ukombozi kwa njia ya neema, msamaha wa dhambi, na upatanisho kati ya Mungu na wanadamu. Kazi hii ina athari za kudumu na muhimu kwa maisha ya kila mtu anayemwamini.

Aya za Biblia zinazofafanua kazi ya ukombozi ya Yesu ni pamoja na:
1. Mathayo 20:28 - "Kama vile Mwana wa Adamu hakuja kutumikiwa, bali kutumika na kutoa nafsi yake iwe fidia ya wengi."
2. Warumi 5:8 - "Bali Mungu aonyesha pendo lake yeye mwenyewe kwetu sisi, kwa kuwa Kristo alikufa kwa ajili yetu, tulipokuwa tungali wenye dhambi."

3. Warumi 6:23 - "Kwa maana mshahara wa dhambi ni mauti; lakini karama ya Mungu ni uzima wa milele katika Kristo Yesu Bwana wetu."
4. Wagalatia 3:13 - "Kristo alitukomboa katika laana ya torati, kwa kuwa alifanywa laana kwa ajili yetu; maana imeandikwa, Amelaaniwa kila mtu aliye msulibiwe juu ya mti."
5. 1 Petro 1:18-19 - "Mwajua ya kuwa mlikombolewa, si kwa mambo ya kuharibika kama fedha na dhahabu, mliyopokea kwa mapokeo yasiyo na faida kutoka kwa baba zenu; bali kwa damu ya thamani, kama ya mwana-kondoo asiye na waa na asiye na doa, yaani, Kristo."

Kazi ya ukombozi ya Yesu inatupatia msamaha wa dhambi na nafasi ya kuanza upya katika uhusiano wetu na Mungu. Yesu alijitoa kama dhabihu kamili kwa ajili ya dhambi zetu, na kupitia imani katika kazi yake, tunapokea wokovu na uzima wa milele. Yeye ni Mwokozi wetu na njia pekee ya kufikia Mungu.

Kazi ya ukombozi ya Yesu pia inahusisha kushinda nguvu ya dhambi na kifo. Aliposhinda dhambi na kifo kwa ufufuo wake, alituwezesha sisi pia kuishi maisha mapya katika nguvu za Roho Mtakatifu. Tunaalikwa kuishi kwa uhuru na kushiriki katika utukufu wa Mungu kwa njia ya Kristo.

Kazi ya ukombozi ya Yesu ni zawadi kubwa ya upendo na neema kutoka kwa Mungu. Tunahitaji kumkubali Yesu kama Mwokozi wetu, kumwamini, na kufuata mafundisho yake ili tuweze kushiriki katika ukombozi na uzima wa milele alioutupa.

Hapa kuna baadhi ya aya za Biblia zinazohusu kazi ya ukombozi ya Yesu:

UPENDO WA YESU

1. Mathayo 1:21 - "Atazaa mtoto wa kiume, nawe utamwita jina lake Yesu, maana yeye ndiye atakayewaokoa watu wake na dhambi zao."
2. Yohana 3:16 - "Kwa maana Mungu aliupenda ulimwengu hivi, hata akamtoa Mwanawe pekee, ili kila mtu amwaminiye asipotee, bali awe na uzima wa milele."
3. 1 Timotheo 2:5-6 - "Kwa maana Mungu ni mmoja, na mpatanishi kati ya Mungu na wanadamu ni mmoja, yaani, mwanadamu Kristo Yesu, ambaye alijitoa mwenyewe kuwa fidia kwa ajili ya wote; huo ndio ushuhuda uliotolewa kwa wakati wake."
4. Warumi 5:8 - "Bali Mungu aonyesha pendo lake yeye mwenyewe kwetu sisi, kwa kuwa Kristo alikufa kwa ajili yetu, tulipokuwa tungali wenye dhambi."
5. 1 Petro 1:18-19 - "Mwajua ya kuwa mlikombolewa, si kwa mambo ya kuharibika kama fedha na dhahabu, mliyopokea kwa mapokeo yasiyo na faida kutoka kwa baba zenu; bali kwa damu ya thamani, kama ya mwana-kondoo asiye na waa na asiye na doa, yaani, Kristo."
6. Wagalatia 3:13 - "Kristo alitukomboa katika laana ya torati, kwa kuwa alifanywa laana kwa ajili yetu; maana imeandikwa, Amelaaniwa kila mtu aliye msulibiwe juu ya mti."
7. Waefeso 1:7 - "Katika yeye tuna ukombozi kwa njia ya damu yake, yaani, msamaha wa dhambi, sawasawa na wingi wa neema yake."
8. Tito 2:14 - "Kristo alijitoa mwenyewe kwa ajili yetu, ili atukomboe na uovu wote, na kujitakasa watu wawe milki yake mwenyewe, wana wa kwanza wanaofanya mema."
9. Waebrania 9:12 - "Wala si kwa damu ya mbuzi na ndama, bali kwa damu yake mwenyewe aliingia mara

moja hata milele katika patakatifu, akiisha kutupatia ukombozi wa milele."

Kupitia kazi ya ukombozi ya Yesu, tunapokea msamaha wa dhambi, upatanisho na Mungu, na uzima wa milele. Aya hizi za Biblia zinatuonesha jinsi kazi ya ukombozi ya Yesu ilivyokuwa muhimu na ya thamani kubwa katika maisha yetu ya kiroho.

Ufufuo wa Yesu na ushindi wake juu ya mauti na dhambi:

Ufufuo wa Yesu ni tukio muhimu sana katika imani ya Kikristo, kwani unaonyesha ushindi wake juu ya mauti na dhambi. Ufufuo huo unathibitisha nguvu ya Mungu na kuthibitisha madai ya Yesu kuwa yeye ni Mwana wa Mungu na Mkombozi wa ulimwengu. Hapa kuna aya za Biblia zinazohusiana na ufufuo wa Yesu na ushindi wake:

1. Mathayo 28:5-6 - "Malaika akajibu akawaambia wanawake, Msiogope; maana najua ya kuwa mnatafuta Yesu, aliyesulibiwa. Hayuko hapa; kwa maana amefufuka kama alivyosema; njoni, mpate kuona mahali alipolazwa Bwana."
2. 1 Wakorintho 15:55-57 - "Kifo kimezamishwa kwa ushindi. Kifo, wapi kushindi kwako? Uchungu wa mauti ni dhambi, na nguvu za dhambi ni torati. Lakini Mungu na ashukuriwe, ambaye hutupa ushindi kwa Bwana wetu Yesu Kristo."
3. Warumi 6:9 - "Kwa kuwa Kristo akifa, alikufa kwa dhambi mara moja tu; lakini aishio, aishi kwa Mungu."
4. 1 Petro 1:3 - "Ahimidiwe Mungu, Baba wa Bwana wetu Yesu Kristo, ambaye kwa rehema yake yenye wingi alituzaa mara ya pili, kwa ufufuo wa Yesu Kristo katika wafu."
5. Warumi 8:11 - "Ikiwa Roho yake yeye aliyemfufua Yesu katika wafu anakaa ndani yenu, yeye

UPENDO WA YESU

aliyemfufua Kristo Yesu katika wafu ataihuisha na miili yenu iliyo katika hali ya kufa, kwa Roho wake akaaye ndani yenu."

Ufufuo wa Yesu unathibitisha mamlaka yake kama Mwokozi na Bwana, na unatupa tumaini la uzima wa milele pamoja naye. Ufufuo wake unaleta tumaini na nguvu katika maisha yetu, na tunaweza kuwa na uhakika kwamba kupitia imani katika Yesu, sisi pia tutashiriki katika ushindi wake juu ya mauti na dhambi.

Maana ya imani katika Yesu Kristo kama njia ya ukombozi:

Imani katika Yesu Kristo ni muhimu sana kwa ukombozi wetu. Inamaanisha kuamini na kutegemea kabisa katika kazi ya ukombozi ambayo Yesu alifanya kwa niaba yetu msalabani. Hapa kuna aya za Biblia zinazozungumzia maana ya imani katika Yesu Kristo kama njia ya ukombozi:

1. Yohana 3:16 - "Kwa maana Mungu aliupenda ulimwengu hivi, hata akamtoa Mwanawe pekee, ili kila mtu amwaminiye asipotee, bali awe na uzima wa milele."
2. Matendo 16:31 - "Wakajibu, Mwamini Bwana Yesu, nawe utaokoka, wewe na nyumba yako."
3. Warumi 10:9-10 - "Kwa kuwa ikiwa utaungama kwa kinywa chako kuwa Yesu ni Bwana, na kuamini moyoni mwako ya kuwa Mungu alimfufua katika wafu, utaokoka. Maana kwa moyo mtu huamini hata kupata haki, na kwa kinywa hukiri hata kupata wokovu."
4. Waefeso 2:8-9 - "Kwa maana mmeokolewa kwa neema, kwa njia ya imani; ambayo hiyo haikutokana na nafsi zenu, ni kipawa cha Mungu; wala si kwa matendo, mtu awaye yote asije akajisifu."
5. 1 Yohana 5:12 - "Yeye aliye na Mwana ana uzima; yeye asiye na Mwana wa Mungu hana uzima."

Imani katika Yesu Kristo inahusisha kutambua hali yetu ya dhambi na uhitaji wetu wa ukombozi, kuamini kwamba Yesu ni Mwokozi wa ulimwengu na kwamba alitupatia ukombozi kupitia kifo chake msalabani, na kuamini kwamba tunapokea wokovu na uzima wa milele kwa njia ya imani katika Yesu Kristo.

Kwa hiyo, imani katika Yesu Kristo inakuwa njia ya ukombozi wetu kwa sababu tunaweka matumaini yetu na tegemeo letu kwa kazi yake ya ukombozi na sio juu ya jitihada zetu wenyewe. Tunapomkubali Yesu kama Bwana na Mwokozi wetu, tunaingia katika uhusiano wa karibu na Mungu na tunapokea msamaha wa dhambi na uzima wa milele. Imani katika Yesu inatuunganisha na neema yake ya wokovu, na tunakuwa wana wa Mungu wenye tumaini la uzima wa milele.

Kuishi maisha ya kujitoa na utii kama majibu ya upendo wa Mungu:

Kuishi maisha ya kujitoa na utii ni jibu letu kwa upendo wa Mungu ambao ametufunulia kupitia Yesu Kristo. Mungu ametupenda kwa upendo usio na kifani na ametujalia wokovu kupitia kazi ya ukombozi ya Yesu. Hapa kuna aya za Biblia zinazozungumzia kuishi maisha ya kujitoa na utii kama majibu ya upendo wa Mungu:

1. Warumi 12:1 - "Basi, ndugu zangu, nawasihi kwa huruma za Mungu, itoeni miili yenu iwe dhabihu iliyo hai, takatifu, ya kumpendeza Mungu, ndiyo ibada yenu yenye maana."
2. Yohana 14:15 - "Mkinipenda, mtazishika amri zangu."
3. Wagalatia 2:20 - "Nimekuwa msulubiwa pamoja na Kristo; lakini ni hai, wala si mimi tena, bali Kristo yu hai ndani yangu; na uzima nilio nao sasa katika mwili, ninao katika imani, imani ile ambayo ni kwa Mwana

wa Mungu, ambaye alinipenda akajitoa nafsi yake kwa ajili yangu."
4. Wafilipi 2:5-8 - "Hivyo, fikirini neno hili lililokuwa ndani yenu, ndilo hilo lililokuwa ndani ya Kristo Yesu; ambaye, ingawa alikuwa katika hali ya Mungu, alijinyenyekeza akawa kama mtumwa, akawa ana mfano wa wanadamu; na alipoonekana kama mwanadamu, alijinyenyekeza akawa mtii hata kufa, naam, hata mauti ya msalaba."
5. Mathayo 16:24 - "Kisha Yesu akawaambia wanafunzi wake, Mtu ye yote akitaka kunifuata, na ajikane mwenyewe, ajitwike msalaba wake, anifuate."

Majibu yetu kwa upendo wa Mungu unapaswa kuwa ya kujitoa kabisa na kuishi maisha ya utii kwa kumfuata Yesu. Tunapaswa kumtolea Mungu wenyewe na miili yetu kama dhabihu iliyo hai, tukijitoa kabisa kwa ajili ya mapenzi yake na utukufu wake. Tunajibu upendo wake kwa kumpenda na kumtii katika maisha yetu yote.

Kuishi maisha ya kujitoa na utii kunamaanisha kumfuata Yesu kwa moyo wote, kufuata amri zake, na kumwilisha maadili na mafundisho yake katika matendo yetu ya kila siku. Ni kuwa na mtazamo wa kujifunza na kufuata mfano wa Yesu katika unyenyekevu, huduma, msamaha, na upendo kwa wengine. Hii inamaanisha kutambua kuwa maisha yetu sio tena yetu wenyewe, bali ni ya Yesu Kristo aliyetupa uzima mpya na kumwishi ndani yetu kupitia Roho Mtakatifu.

Kwa hiyo, kuishi maisha ya kujitoa na utii ni njia ya kuonyesha shukrani na kujibu upendo wa Mungu kwetu. Ni njia ya kuishi kama vyombo vya upendo wa Mungu na kuwa mashahidi wa utukufu wake katika ulimwengu huu.

SEHEMU YA KUMI
USHUHUDA WA WANAFUNZI WA YESU

Ushuhuda wa Wanafunzi wa Yesu
- Uthibitisho wa ufufuo wa Yesu kupitia ushuhuda wa wanafunzi wake
- Athari za kuja kwa Yesu katika maisha ya wafuasi wake
- Kazi ya Roho Mtakatifu katika kuendeleza kazi ya ukombozi duniani

Ushuhuda wa wanafunzi wa Yesu ni muhimu katika kuelewa na kuonyesha umuhimu wa maisha na mafundisho ya Yesu. Wanafunzi walikuwa mashahidi wa karibu wa kazi na ufunuo wa Yesu, na walikuwa na jukumu la kueneza habari njema ya wokovu na kufundisha mafundisho ya Yesu kwa ulimwengu.

Hapa kuna baadhi ya ushuhuda wa wanafunzi wa Yesu kutoka kwenye Agano Jipya:

1. Petro: "Basi, tunamhakikishia nyote kwamba huyu Yesu ambaye ninyi mlimsulibisha, Mungu amemfufua na kuwa Bwana na Masihi" (Matendo 2:36). Petro alitoa ushuhuda mkubwa juu ya ufufuo wa Yesu na umuhimu wake kama Mkombozi.

2. Yohana: "Naye Neno alifanyika mwili, akakaa kwetu; nasi tukauona utukufu wake, utukufu kama wa Mwana pekee atokaye kwa Baba, amejaa neema na kweli" (Yohana 1:14). Yohana alikuwa shahidi wa karibu wa Yesu na alitambua utukufu na neema yake.
3. Paulo: "Maana mimi namhakikishia hili, kama vile nilivyomwambia Filemoni, wewe utanufaika kutokana na huyu ndugu yako" (Filemoni 1:21). Paulo alishuhudia kuwa wokovu na upendo wa Yesu unabadilisha maisha na unaleta neema na baraka kwa wale wanaomwamini.
4. Yakobo: "Ndugu zangu, tafuteni kuwa na furaha tele, mnapokabili majaribu ya namna zote. Kwa maana mnajua kwamba majaribu yenu yanawafundisha kuvumilia" (Yakobo 1:2-3). Yakobo aliwahimiza waumini kusimama imara katika imani yao na kujifunza kutoka kwa Yesu jinsi ya kuvumilia katika majaribu.

Ushuhuda wa wanafunzi wa Yesu ulikuwa muhimu katika kueneza Injili na kuwashawishi watu wengine kuamini na kumfuata Yesu. Walikuwa mashahidi hai wa mabadiliko na nguvu ya upendo wa Yesu katika maisha yao. Ushuhuda wao ulionyesha ukweli wa mafundisho ya Yesu na umuhimu wa kumjua na kumwamini yeye kama Mkombozi.

Leo hii, sisi pia tunaweza kuwa mashahidi wa Yesu kwa jinsi tunavyoishi na kushuhudia upendo wake kwa ulimwengu unaotuzunguka. Tunaweza kuonyesha tabia zake za upendo, msamaha, ukarimu, na huduma kwa wengine. Kwa njia hiyo, tunakuwa mashahidi wa nguvu ya wokovu na mabadiliko ya Yesu katika maisha yetu.

Kuna baadhi ya aya za Biblia zinazohusu ushuhuda wa wanafunzi wa Yesu:
1. Matendo 4:20 - "Lakini sisi hatuwezi kunena juu ya mambo tuliyoona na kusikia."

2. Matendo 5:32 - "Sisi ni mashahidi wa mambo haya, na pia ni Roho Mtakatifu, ambaye Mungu amewapa wale wamtiio."
3. Matendo 10:39-41 - "Sisi tu mashahidi wa vitu vyote alivyovifanya katika nchi ya Wayahudi na katika Yerusalemu. Nao walimwua kwa kumtundika mtini; huyo Mungu alimfufua siku ya tatu, akamfanya aonekane, si kwa watu wote, bali kwa mashahidi waliotangulia kutokana nasi, yaani, sisi tuliokula naye na kunywa naye baada ya kufufuka kwake kutoka kwa wafu."
4. 1 Yohana 1:1-3 - "Yaliyokuwapo tangu mwanzo, ambayo tuliyasikia, ambayo tumeyaona kwa macho yetu, ambayo tuliyaangalia na mikono yetu, kuhusu Neno la uzima. Na uzima ulionekana, tena tuliuona, tukatoa ushuhuda, na kuwahubiri habari za uzima wa milele mliokuwa nayo kwa Baba na ambao ulionekana kwetu. Tunaandika mambo haya ili furaha yetu ikamilike."
5. 2 Petro 1:16 - "Kwa maana hatukufuata hadithi zilizobuniwa kwa ustadi tulipowajulisha uweza na kuja kwa Bwana wetu Yesu Kristo, bali tulikuwa mashahidi wa nguvu zake za kimungu."

Ushuhuda wa wanafunzi wa Yesu ulikuwa na athari kubwa katika kueneza injili na kushuhudia kazi ya Mungu katika maisha ya watu. Walikuwa mashahidi wa matukio muhimu kama ufufuo wa Yesu na mabadiliko katika maisha yao. Ushuhuda wao ulitokana na uzoefu wao wa moja kwa moja na Yesu na kazi ya Roho Mtakatifu ndani yao.

Wanafunzi wa Yesu walitambua umuhimu wa kuwa mashahidi wa kazi na maneno ya Yesu ili wengine wapate kuamini na kuokolewa. Leo hii, sisi pia tunaweza kuwa mashahidi wa Yesu kwa kushiriki imani yetu, kushuhudia kazi

UPENDO WA YESU

yake katika maisha yetu, na kuitangaza Injili ya wokovu kwa watu wengine.

Uthibitisho wa ufufuo wa Yesu kupitia ushuhuda wa wanafunzi wake:

Uthibitisho wa ufufuo wa Yesu unategemea sana ushuhuda wa wanafunzi wake. Wanafunzi walikuwa mashahidi wa moja kwa moja wa ufufuo wa Yesu na walitoa ushuhuda wao kwa ujasiri na ukweli. Hapa kuna baadhi ya aya za Biblia zinazoshuhudia ufufuo wa Yesu:

1. Marko 16:9 - "Baada ya kufufuka mapema siku ya kwanza ya juma, Yesu alijionyesha kwanza Maria Magdalene, ambaye alikuwa amemtolea Yesu pepo saba."
2. Matendo 2:32 - "Mungu alimfufua huyu Yesu, ambaye sisi sote ni mashahidi wake."
3. Matendo 3:15 - "Lakini ninyi mlimwua Mwana wa Mungu, naye Mungu alimfufua katika wafu. Sisi ni mashahidi wa jambo hilo."
4. 1 Wakorintho 15:3-4 - "Maana naliwatolea ninyi kwanza yale niliyoyapokea, ya kwamba Kristo alikufa kwa ajili ya dhambi zetu kama yanenavyo Maandiko; na ya kwamba alizikwa; na ya kwamba alifufuliwa siku ya tatu, kama yanenavyo Maandiko."
5. 1 Yohana 1:1-2 - "Yaliyokuwapo tangu mwanzo, ambayo tumeyaona kwa macho yetu, ambayo tuliyaangalia na mikono yetu, kuhusu Neno la uzima. Na uzima ulionekana, tena tuliuona, tukatoa ushuhuda, na kuwahubiri habari za uzima wa milele mliokuwa nayo kwa Baba na ambao ulionekana kwetu."

Wanafunzi wa Yesu walishuhudia kuwa Yesu alikufa na kufufuka kutoka kwa wafu, na ushuhuda wao ulikuwa msingi wa imani ya Kikristo. Walitoa ushuhuda wao kwa ujasiri na wengi wao walikuwa tayari kutoa maisha yao kwa ajili ya imani yao. Uthibitisho huu wa kushuhudia ufufuo wa Yesu ulikuwa muhimu katika kuimarisha imani ya waumini wengine na kueneza Injili kwa ulimwengu.

Leo hii, imani yetu katika ufufuo wa Yesu pia inategemea ushuhuda wa wanafunzi wake. Tunakubaliana na ushuhuda wao na tunamwamini Yesu kama Mkombozi aliyefufuka. Ufufuo wake ni msingi wa tumaini letu la wokovu na uzima wa milele.

Hapa kuna baadhi ya aya za Biblia zinazothibitisha ufufuo wa Yesu kupitia ushuhuda wa wanafunzi wake:

1. Mathayo 28:5-6 - "Malaika akajibu, akawaambia wanawake, 'Msiogope; kwa maana najua mnamtafuta Yesu aliyesulibiwa. Hayupo hapa; amefufuka, kama alivyosema. Njooni, mkaone mahali alipolazwa Bwana.'"
2. Marko 16:6 - "Akawaambia, 'Msiogope; mnamtaka Yesu wa Nazareti aliyesulibiwa. Amefufuka; hayupo hapa; tazameni mahali walipomlaza.'"
3. Luka 24:34 - "Wakasema, 'Bwana amefufuka kweli, amemtokea Simoni!'"
4. Yohana 20:19 - "Ilipokuwa jioni ya siku ile ya kwanza ya juma, hali milango imefungwa kwa sababu ya hofu ya Wayahudi, Yesu aliingia, akasimama katikati yao, akawaambia, 'Amani iwe kwenu.'"
5. Matendo 1:3 - "Aliwatokea akiwa hai kwa muda wa siku arobaini, akiongea habari za ufalme wa Mungu."

Ushuhuda wa wanafunzi wa Yesu kuhusu ufufuo wake ulikuwa muhimu katika kuthibitisha ukweli wa tukio hilo. Walishuhudia uwepo wa Yesu aliye hai baada ya kusulubiwa, na hii ilikuwa ni ishara ya nguvu ya Mungu na ukombozi wa wanadamu. Ushuhuda wao uliwapa imani wafuasi wengine na uliendelea kuenea kwa vizazi vijavyo,

UPENDO WA YESU

ukithibitishwa na mafundisho na maisha ya Wakristo wa kwanza.

Uthibitisho wa ufufuo wa Yesu unapatikana katika ushuhuda wa wanafunzi wake, ambao walikuwa mashahidi wa tukio hilo lenye nguvu. Ushuhuda huo umehifadhiwa katika Maandiko Matakatifu na unaendelea kuwa msingi wa imani yetu katika ufufuo wa Yesu.

Athari za kuja kwa Yesu katika maisha ya wafuasi wake:

Kuja kwa Yesu katika maisha ya wafuasi wake ilikuwa na athari kubwa na za kudumu. Hapa kuna baadhi ya athari hizo za kuja kwa Yesu katika maisha ya wafuasi wake:

1. Ukombozi wa dhambi: Yesu alikuja kama Mkombozi wa wanadamu, akitoa dhabihu ya kusulubiwa ili kuwakomboa watu kutoka kwa utumwa wa dhambi. Athari hii ilikuwa ni uhuru wa kiroho na msamaha wa dhambi zao kwa njia ya imani katika Yesu Kristo.

2. Uhusiano wa karibu na Mungu: Kupitia Yesu, wafuasi wake walipata fursa ya kuanzisha uhusiano wa karibu na Mungu. Walijifunza kumjua Mungu kama Baba yao na kuingia katika uhusiano wa upendo na Yeye kupitia Yesu.

3. Mabadiliko ya maisha: Wafuasi wa Yesu walipata mabadiliko makubwa katika maisha yao. Roho Mtakatifu aliwashika na kuwaongoza katika njia ya haki na utakatifu. Waliondokana na mazoea yao ya zamani ya dhambi na kuanza kuishi kulingana na mafundisho ya Yesu.

4. Huduma na utumishi: Yesu aliwafundisha wafuasi wake kuwa watumishi na kuwapatia mfano wa upendo na huduma. Walihamasishwa kuhudumia wengine kwa unyenyekevu, upendo, na ukarimu kama Yesu alivyofanya.

5. Ujumbe na utume: Wafuasi wa Yesu walipewa ujumbe wa kueneza Injili na kufanya wanafunzi wa

mataifa yote. Walikuwa mashahidi wa kazi na ufufuo wa Yesu, na walitumwa kueneza habari njema ya wokovu katika jina lake.
6. Tumaini la uzima wa milele: Kuja kwa Yesu kulitoa wafuasi wake tumaini la uzima wa milele. Waliamini kuwa kupitia imani katika Yesu, watapata uzima wa milele na kuishi na Mungu milele katika ufalme wake.

Athari hizi za kuja kwa Yesu zilikuwa za kubadilisha na ziliathiri maisha ya wafuasi wake kwa kina. Walipata tumaini jipya, msamaha wa dhambi, mwongozo wa kiroho, na wito wa kuishi maisha ya upendo na huduma. Maisha yao yalikuwa na kusudi na maana kwa sababu ya kuungana na Yesu na kuishi kwa kadiri ya mafundisho yake.

Hapa kuna baadhi ya aya za Biblia zinazoelezea athari za kuja kwa Yesu katika maisha ya wafuasi wake:
1. Yohana 1:12 - "Bali wote waliompokea aliwapa uwezo wa kufanyika watoto wa Mungu, ndio wale waliaminio jina lake."
2. Wakolosai 1:13-14 - "Aliyetuokoa katika nguvu za giza, akatuhamisha na kutuingiza katika ufalme wa Mwana wa upendo wake. Katika yeye tuna ukombozi, yaani, msamaha wa dhambi."
3. 2 Wakorintho 5:17 - "Basi, mtu akiwa ndani ya Kristo amekuwa kiumbe kipya; ya kale yamepita; tazama, yote yamekuwa mapya."
4. 1 Petro 2:9 - "Lakini ninyi ni mzao mteule, ukuhani wa kifalme, taifa takatifu, watu wa milki ya Mungu, mpate kuzitangaza fadhili zake yeye aliyewaita mtoke gizani mkaingie katika nuru yake ya ajabu."
5. Wafilipi 4:13 - "Naweza kuyastahimili mambo yote katika yeye anitiaye nguvu."
6. Warumi 8:38-39 - "Kwa maana nimekwisha kujua ya kuwa wala mauti wala uzima, wala malaika wala

wakuu wala yaliyopo wala yatakayokuwapo, wala wenye nguvu wala wenye mamlaka wala kiumbe kinginecho chote hakitaweza kututenga na pendo la Mungu lililo katika Kristo Yesu Bwana wetu."
7. Waebrania 10:19-20 - "Basi, ndugu zangu, kwa damu ya Yesu, tunao uhuru wa kuingia katika patakatifu kwa njia ya ile kripto mpya na iliyo hai aliyotufungulia, yaani, njia ya kufanya dhabihu ya mwili wake."

Aya hizi zinaonyesha athari za kuja kwa Yesu katika maisha ya wafuasi wake, kama vile kupokea uwezo wa kuwa watoto wa Mungu, ukombozi na msamaha wa dhambi, kuwa kiumbe kipya katika Kristo, kutangaza fadhili za Mungu, kupata nguvu ndani yake, kutopatwa na chochote kinachoweza kututenga na upendo wa Mungu, na kupata uhuru wa kuingia katika uwepo wa Mungu kupitia dhabihu ya Yesu. Aya hizi zinaonyesha matokeo ya kina ya kuungana na Yesu Kristo na kuwa wafuasi wake.

Kazi ya Roho Mtakatifu katika kuendeleza kazi ya ukombozi duniani:

Kazi ya Roho Mtakatifu katika kuendeleza kazi ya ukombozi duniani ni muhimu sana. Hapa kuna baadhi ya mambo ambayo Roho Mtakatifu hufanya katika kazi hii:

1. Uwepo wa Roho Mtakatifu: Roho Mtakatifu anakaa ndani ya waamini wanaomkubali Yesu Kristo kama Mwokozi wao. Yeye ni msaidizi, mwalimu, na nguvu ya kimungu anayewaimarisha na kuwaongoza katika maisha ya Kikristo.
2. Kuongoza na kufunua ukweli: Roho Mtakatifu anawaongoza waamini katika kuelewa na kufuata mapenzi ya Mungu. Anawafunulia ukweli wa Neno la Mungu na kuwasaidia kutambua njia sahihi za kuishi maisha ya kumcha Mungu.
3. Kuwawezesha waamini kuishi maisha matakatifu: Roho Mtakatifu anafanya kazi ndani ya waamini

kusaidia katika kushinda dhambi na kuishi maisha ya utakatifu. Yeye huwapa nguvu na msaada wa kushinda tamaa za mwili na kuishi kulingana na mafundisho ya Yesu Kristo.
4. Kumpa waamini vipawa vya kiroho: Roho Mtakatifu anawapa waamini vipawa mbalimbali vya kiroho kwa ajili ya huduma na ujenzi wa mwili wa Kristo. Hii ni pamoja na vipawa kama unabii, ualimu, uponyaji, na huduma nyinginezo ambazo hutumiwa kwa faida ya kanisa na ulimwengu.
5. Kuunganisha na kujenga umoja wa waamini: Roho Mtakatifu anafanya kazi ya kuunganisha waamini wote kuwa mwili mmoja wa Kristo. Anatengeneza umoja na upendo kati yao, akiwafanya kuwa shahidi wa upendo wa Kristo kwa ulimwengu.
6. Kushuhudia kazi ya Kristo: Roho Mtakatifu anashuhudia kazi ya ukombozi iliyofanywa na Yesu Kristo. Anatufanya tuwe mashahidi wa Injili na kutoa ushuhuda wa nguvu na upendo wa Kristo kwa wengine.
7. Kuhuisha na kujenga kanisa: Roho Mtakatifu anaendeleza kazi ya kujenga na kuimarisha kanisa la Kristo duniani. Yeye anawajenga waamini kiroho, anawapa maono na mwelekeo, na anasaidia kueneza Injili kwa njia mbalimbali.

Aya za Biblia zinazohusiana na kazi ya Roho Mtakatifu katika kuendeleza kazi ya ukombozi duniani ni pamoja na:
1. Yohana 14:26 - "Lakini huyo Msaidizi, Roho Mtakatifu, ambaye Baba atampeleka kwa jina langu, atawafundisha vitu vyote na kuwakumbusha yote niliyowaambia."
2. Matendo 1:8 - "Lakini mtapokea nguvu, akiisha kuwajilia juu yenu Roho Mtakatifu, nanyi mtakuwa

mashahidi wangu katika Yerusalemu, na katika Uyahudi wote na Samaria, na hata mwisho wa dunia."
3. Warumi 8:26 - "Vivyo hivyo Roho naye hutusaidia udhaifu wetu, kwa maana hatujui kuomba jinsi itupasavyo; lakini Roho mwenyewe hutuombea kwa kuugua kusikoweza kutamkwa."
4. Wagalatia 5:22-23 - "Lakini tunda la Roho ni upendo, furaha, amani, uvumilivu, utu wema, fadhili, uaminifu, upole, kiasi; juu ya mambo kama hayo hakuna sheria."

Roho Mtakatifu ana jukumu muhimu katika kuendeleza kazi ya ukombozi duniani, akiwawezesha waamini kuishi maisha ya utakatifu, kushuhudia kazi ya Kristo, na kujenga umoja na upendo ndani ya kanisa.

HITIMISHO

Kukumbatia Neema ya Ukombozi
- Umuhimu wa kuamini na kumfuata Yesu kama Mkombozi
- Matokeo ya kukubali ukombozi wa Yesu katika maisha yetu
- Wito wa kueneza Habari Njema ya ukombozi kwa wengine

Kukumbatia neema ya ukombozi ni kuchukua hatua ya kibinafsi ya kukubali na kuamini kazi ya ukombozi iliyofanywa na Yesu Kristo kwa ajili ya wokovu wetu. Ni kutambua kwamba hatuwezi kujiokoa wenyewe kwa juhudi zetu za kibinadamu, lakini tunahitaji neema ya Mungu ili tuokolewe.

Kukumbatia neema ya ukombozi kunajumuisha mambo yafuatayo:
1. Kutambua dhambi zetu: Kukumbatia neema ya ukombozi kunahusisha kutambua kwamba sisi sote ni wenye dhambi na hatuwezi kumridhisha Mungu kwa juhudi zetu za kibinadamu pekee. Tunahitaji ukombozi kutoka kwa dhambi zetu.
2. Kumwamini Yesu Kristo: Kukumbatia neema ya ukombozi kunahusisha kuweka imani yetu katika Yesu Kristo kama Mwokozi wetu na Bwana wetu.

UPENDO WA YESU

Tunamwamini yeye pekee kuwa njia ya wokovu na kumwomba atusamehe dhambi zetu.

3. Kupokea msamaha wa dhambi: Kukumbatia neema ya ukombozi kunahusisha kukubali msamaha wa dhambi ambao Yesu ametupatia kwa njia ya kusulubiwa kwake. Tunatambua kwamba tunastahili hukumu kwa dhambi zetu, lakini kupitia imani katika Yesu, tunapokea msamaha na kusafishwa kutoka kwa dhambi zetu.

4. Kujitoa kwa Yesu: Kukumbatia neema ya ukombozi kunahusisha kujitoa kwa Yesu na kumtumikia katika maisha yetu. Tunatambua kwamba ukombozi tunapokea kwa neema ni zawadi isiyo ya kustahili, na hivyo tunajitolea kuishi kwa utii na kumpendeza Mungu katika kila jambo tunalofanya.

Aya za Biblia zinazohusiana na kukumbatia neema ya ukombozi ni pamoja na:

1. Waefeso 2:8-9 - "Kwa maana mmeokolewa kwa neema, kwa njia ya imani; ambayo hiyo haikutokana na nafsi zenu, ni kipawa cha Mungu; wala si kwa matendo, mtu awaye yote asije akajisifu."

2. Warumi 3:23-24 - "Kwa maana wote wamefanya dhambi, na kupungukiwa na utukufu wa Mungu; wakihesabiwa haki bure kwa neema yake, kwa njia ya ukombozi ulio katika Kristo Yesu."

3. Yohana 3:16 - "Kwa maana Mungu aliupenda ulimwengu hata akamtoa Mwanawe pekee, ili kila mtu amwaminiye asipotee, bali awe na uzima wa milele."

Kukumbatia neema ya ukombozi ni kuacha kujitegemea na kumtupia Mungu imani yetu kamili, tukijua kwamba ni kwa njia ya Yesu Kristo pekee tunaweza kupata wokovu. Ni mwito wa kila mtu kumgeukia Mungu, kumkiri Yesu Kristo kama Mwokozi, na kuishi maisha ya utii na kumtukuza Mungu kwa neema ambayo amejaliwa kwa ukombozi wetu.

Umuhimu wa kuamini na kumfuata Yesu kama Mkombozi:
Kuamini na kumfuata Yesu Kristo kama Mkombozi ni muhimu sana katika maisha yetu. Hapa kuna baadhi ya sababu za umuhimu wake:

1. Wokovu na maisha ya milele: Yesu ndiye njia, ukweli, na uzima. Kwa kuamini ndani yake, tunapata msamaha wa dhambi zetu na uzima wa milele. Yeye pekee anaweza kutuokoa na kifo cha kiroho na kutuletea wokovu.
2. Uhusiano na Mungu: Yesu ametuletea upatanisho kati yetu na Mungu. Kwa kumwamini na kumfuata, tunakuwa watoto wa Mungu na tunaunganishwa na Baba yetu wa mbinguni. Tunaweza kufurahia uhusiano wa karibu na Mungu na kumjua kwa njia ya Yesu.
3. Maongozi na mwelekeo: Yesu ni Mchungaji wetu mkuu, anayetupatia mwongozo na mwelekeo katika maisha yetu. Tunapomfuata, yeye hutuongoza katika njia ya kweli na haki. Tunapata hekima na nguvu ya kushinda majaribu na kushinda dhambi.
4. Mabadiliko ya maisha: Yesu anaweza kubadilisha maisha yetu kabisa. Roho Mtakatifu anafanya kazi ndani yetu, akituongoza kwa mabadiliko na utakatifu. Tunapomfuata Yesu, tunaweza kuishi maisha yenye maana na kusudi, tukiwa na furaha na amani katika roho zetu.
5. Ushuhuda kwa ulimwengu: Kuamini na kumfuata Yesu ni ushuhuda wetu kwa ulimwengu. Maisha yetu yenye upendo, msamaha, na ukarimu yanaonyesha nguvu ya Mkombozi wetu. Tunaweza kuwa chumvi na

nuru katika dunia hii, tukiwavuta wengine kwa Yesu kupitia maisha yetu.

Aya za Biblia zinazohusiana na umuhimu wa kuamini na kumfuata Yesu kama Mkombozi ni pamoja na:
1. Yohana 14:6 - "Yesu akamwambia, Mimi ndimi njia, na ukweli, na uzima; mtu haji kwa Baba, ila kwa njia ya mimi."
2. Matendo 4:12 - "Wala hakuna wokovu katika mwingine awaye yote, kwa maana hapana jina jingine chini ya mbingu walilopewa wanadamu litupasalo sisi kuokolewa kwalo."
3. Mathayo 16:24 - "Kisha Yesu akawaambia wanafunzi wake, Mtu ye yote akitaka kunifuata, na ajikane mwenyewe, ajitwike msalaba wake na anifuate."
4. Yohana 10:27 - "Kondoo wangu huisikia sauti yangu, nami nawajua, nao hunifuata."
5. Marko 8:34 - "Akawaita mkutano pamoja na wanafunzi wake, akawaambia, Mtu ye yote akitaka kunifuata, na ajikane mwenyewe, ajitwike msalaba wake, anifuate."

Matokeo ya kukubali ukombozi wa Yesu katika maisha yetu:
Kukubali ukombozi wa Yesu katika maisha yetu kunasababisha matokeo mazuri na ya kudumu. Hapa kuna baadhi ya matokeo hayo:
1. Msamaha wa dhambi: Kukubali ukombozi wa Yesu kunatuletea msamaha kamili wa dhambi zetu. Tunapomwamini Yesu na kumkiri kama Bwana na Mwokozi wetu, dhambi zetu zinasamehewa kabisa. Hii inatuletea amani na kuondoa mzigo wa hatia ndani yetu.
2. Uhusiano na Mungu: Kukubali ukombozi wa Yesu kunatuleta katika uhusiano wa karibu na Mungu Baba. Tunakuwa watoto wake na tunaweza

kumkaribia kwa uhuru na ujasiri kupitia Yesu. Tunapata neema na upendo wake usio na kikomo.
3. Uzima wa milele: Kukubali ukombozi wa Yesu kunahakikisha uzima wa milele. Yesu aliyeshinda mauti kupitia ufufuo wake, anatupa ahadi ya kuishi naye milele. Tunapomwamini yeye, tuna uhakika wa kuwa na uzima wa milele na kuishi na Mungu milele.
4. Ubadilishaji wa tabia: Kukubali ukombozi wa Yesu kunasababisha mabadiliko ya ndani na tabia. Roho Mtakatifu anafanya kazi ndani yetu na kutusaidia kuwa kama Kristo. Tunakuwa na matunda ya Roho kama upendo, furaha, amani, uvumilivu, wema, fadhili, uaminifu, upole, na kiasi.
5. Kusudi na maana ya maisha: Kukubali ukombozi wa Yesu kunatuletea kusudi na maana katika maisha yetu. Tunakuwa na uhusiano wa kweli na Mungu, na anatuongoza katika kutimiza kusudi lake katika maisha yetu. Tunapata furaha na utimilifu katika kumtumikia na kumtukuza yeye.
6. Ushuhuda na huduma: Kukubali ukombozi wa Yesu kunatufanya kuwa mashahidi wa neema na upendo wake kwa ulimwengu. Tunakuwa chumvi na nuru, tukishuhudia juu ya wokovu kupitia maneno na matendo yetu. Tunapata fursa ya kuhudumu katika kuleta wongofu na ukombozi kwa wengine.

Aya za Biblia zinazohusiana na matokeo ya kukubali ukombozi wa Yesu katika maisha yetu ni pamoja na:
1. 2 Wakorintho 5:17 - "Hata kama mtu yeyote yuko ndani ya Kristo, yeye ni kiumbe kipya; mambo ya kale yamepita, tazama, yamekuwa mapya."
2. Yohana 1:12 - "Bali wote waliompokea aliwapa uwezo wa kufanyika watoto wa Mungu, ndio wale waliaminio jina lake."

3. Wagalatia 2:20 - "Nimemsulubisha Kristo na mimi pamoja naye; na sasa ni hai, lakini si mimi tena, bali Kristo yu hai ndani yangu."
4. Warumi 8:1 - "Basi sasa hakuna hukumu yo yote kwa wale walio katika Kristo Yesu."
5. 1 Yohana 5:11-12 - "Na ushuhuda ni huu, ya kuwa Mungu alitupa uzima wa milele; na uzima huu umo katika Mwana wake. Yeye aliye naye Mwana, yu na uzima; yeye asiye na Mwana wa Mungu hana uzima."

Wito wa kueneza Habari Njema ya ukombozi kwa wengine:

Kueneza Habari Njema ya ukombozi kwa wengine ni wito muhimu ambao Yesu aliwapa wafuasi wake. Hapa kuna mafundisho na maelekezo ya Yesu juu ya wito huu:

1. Mathayo 28:19-20 - "Basi, enendeni, mkawafanye mataifa yote kuwa wanafunzi, mkiwabatiza kwa jina la Baba, na Mwana, na Roho Mtakatifu; na kuwafundisha kuyashika yote niliyowaamuru ninyi. Na tazama, mimi nipo pamoja nanyi siku zote, hata ukamilifu wa dahari."
2. Marko 16:15 - "Akawaambia, Enendeni ulimwenguni mwote, mkaihubiri Injili kwa kila kiumbe."
3. Matendo ya Mitume 1:8 - "Lakini mtapokea nguvu, akiisha kuwajilia juu yenu Roho Mtakatifu; nanyi mtakuwa mashahidi wangu katika Yerusalemu, na katika Uyahudi wote, na Samaria, na hata mwisho wa dunia."
4. Luka 24:46-48 - "Akawaambia, Hivi ndivyo ilivyoandikwa, na hivyo ilimbidi Kristo kupatwa, na kufufuka siku ya tatu; na kwamba toba na ondoleo la dhambi litangazwe katika jina lake mataifa yote, kuanzia Yerusalemu. Ninyi ni mashahidi wa mambo haya."

Kwa hiyo, kama wafuasi wa Yesu, sisi pia tunapaswa kuwa mashahidi na wahubiri wa Habari Njema ya ukombozi kupitia Yesu Kristo. Tunapaswa kushiriki upendo wa Mungu, kusimamia ukweli wa Neno Lake, na kuwaonyesha watu njia ya wokovu. Kueneza Habari Njema kunaweza kufanyika kwa njia ya kuhubiri, kufundisha, kutoa ushuhuda, na kuishi kwa mfano wa Kristo katika maisha yetu ya kila siku. Tunaitwa kumfanya Yesu Kristo atambulike na kupokelewa na watu wote duniani.

Katika kitabu hiki, tumejifunza umuhimu wa kuja kwa Yesu Kristo duniani. Tumetambua jinsi alivyotekeleza unabii wa Agano la Kale, kuleta ukombozi na upendo wa Mungu kwa wanadamu, na kusulubiwa kwa ajili ya dhambi zetu. Tumetapata ufahamu wa kazi yake ya ukombozi na umuhimu wa kuamini na kumfuata Yesu kama Mkombozi wetu. Kitabu hiki pia kimezingatia athari za kuja kwa Yesu katika maisha ya wafuasi wake, kazi ya Roho Mtakatifu katika kuendeleza kazi ya ukombozi duniani, na umuhimu wa kueneza Habari Njema ya ukombozi kwa wengine.

Kupitia aya za Biblia, tumepata msingi imara wa kuelewa na kuhimiza imani yetu katika Yesu Kristo. Tumechunguza mafundisho yake juu ya Ufalme wa Mungu na utimilifu wa sheria, pamoja na wito wetu wa kuishi maisha ya kujitoa na utii kama majibu ya upendo wa Mungu.

Kitabu hiki kimetupa mwanga juu ya jinsi upendo wa Yesu unavyoturuhusu kuwapenda wengine, kuanzia wenye dhambi hadi waliopotea. Pia, tumejifunza kuhusu jinsi Yesu alivyoshiriki upendo wake na watu wa nyakati zake, bila kujali rangi, kabila, au taifa lao.

Kwa kusoma kitabu hiki, tumeweza kuimarisha uhusiano wetu na Yesu Kristo, kuelewa umuhimu wa ukombozi wake, na kumtumikia kwa moyo wote. Tunaalikwa kukumbatia neema yake ya ukombozi, kuelewa na kupokea upendo wake katika maisha yetu, kuishi kwa mfano wake katika mahusiano yetu, na kueneza upendo wake kwa ulimwengu unaotuzunguka.

Shalom,
Dr. Maxwell Shimba
Shimba Theological Institute
New York, NY 10005
USA

SALA YA TOBA

Inawezekana kabisa ya kuwa wewe unayesoma ujumbe wa Kitabu hiki hujaokoka - yaani hujampokea Yesu Kristo ndani ya moyo wako kama Bwana na Mwokozi wako. Lakini sasa umeona umuhimu wa kumpokea Yesu Kristo katika maisha yako.

Naamini Roho Mtakatifu ameweka fursa hii mikononi mwako kwa mpango maalum wa Mungu ili ufike mahali pa kutubu na kuokoka. Inawezekana kabisa, pia ya kuwa hujawahi kuambiwa juu ya umuhimu wa wewe kuokoka. Lakini napenda kukuambia ya kuwa ni mpango wa Mungu uokoke. Soma Wakolosai 1:13,14 na Yohana 1:12-14 na 1 Timotheo 2:3-6 na Warumi 1:16,17 na Yohana 3:7. Ni vigumu kuona baraka za Damu ya Yesu bila ya kuokoka.

Kwa hiyo kama unataka kuokoka - tafuta mahali palipo na utulivu, na usome kwa sauti sala ifuatayo: (ukiweza unaweza kupiga magoti unapoomba sala hii)

"Ee Mungu wangu ulie Mtakatifu. Ninakuja mbele zako. Mimi ni mwenye dhambi. Naomba unisamehe dhambi zangu zote nilizokukosea katika maisha yangu. Ninatubu kweli. Naomba damu ya Yesu Kristo iliyomwagika msalabani kwa ajili yangu initakase sasa katika roho yangu na nafsi yangu na mwili wangu. Nimefungua moyo wangu. Bwana Yesu Kristo nakukaribisha ndani yangu. Ingia kwa uwezo wa Roho wako – uwe Bwana na Mwokozi wangu kuanzia sasa na siku zote. Ahsante kwa kunisamehe na kwa kuniokoa.

UPENDO WA YESU
Nimejitoa kwako nikutumikie katika siku zote za maisha yangu. Shetani hana mamlaka tena juu yangu katika jina la Yesu Kristo. Amina.

Ikiwa umesoma sala hii kwa kukusudia kabisa na kwa imani, basi wewe umeokoka na dhambi zako zimesamehewa na kusahauliwa na Mungu sawasawa na alivyoandika katika neno lake. Damu ya Yesu iko juu yako sasa.

Baada ya kuokoka
Unapoanza maisha haya mapya katika Yesu Kristo nakushauri mambo yafuatayo:
1. Zungumza na Mungu kwa maombi kila siku (Yohana 15:7)
2. Soma Neno la Mungu (Biblia) kila siku (Matendo ya Mitume 17:11)
3. Mruhusu Roho Mtakatifu akutawale (Wagalatia 5:16-25; Warumi 8:14-17)
4. Umtumaini Mungu kwa kila jambo katika maisha yako (1Petro 5:7; Zekaria 4:6)
5. Usiache kukusanyika na kushirikiana na wengine waliompokea Yesu Kristo kuwa Mwokozi wao kama wewe ili uimarike zaidi (Waebrania 10:25)

Ukipenda unaweza kuniandikia kwa anwani hii hapa chini juu ya uamuzi uliofikia leo wa kuokoka, ili tumshukuru Mungu pamoja, na tuzidi kukuombea; na pia, tukutumie maandiko mengine ya kukusaidia:
maxshimbaministries@gmail.com

Mungu akubariki sana,

Dr. Maxwell Shimba

MWISHO

www.ingramcontent.com/pod-product-compliance
Lightning Source LLC
LaVergne TN
LVHW020953280125
802364LV00015B/998